നിൽക്കൂ ശ്രദ്ധിക്കൂ

സ്ത്രീകളുടെ നിയമ
പോരാട്ടങ്ങളുടെ കഥകൾ

Nilku Sradhiku
Sthreekalude niyama porattangalude kadhakal
Women issue / Law

Justice K Chandru

Translation
Chinju Prakash

CHINTHA PUBLISHERS
Thiruvananthapuram

First Edition
January 2022

Second Edition
September 2022

Published
Chintha Publishers, Thiruvananthapuram

Printed at
Repro India Ltd, Mumbai

Cover Design
Vinod Mangoes

Cover Painting
Amritha Shergil

ISBN : 978-93-93468-78-9

CR - 3258 / 6208

Email: chinthapublishers@gmail.com
Website: www.chinthapublishers.com

A version is available at National Libraries
Kolkata, Mumbai, Chennai and Delhi

Distribution
DESHABHIMANI BOOKHOUSE
H O Thiruvananthapuram 695035

Branch
Head Office Kunnukuzhi • Statue Thiruvananthapuram
KSRTC Bus Terminal Thampanoor • Saphalyam Complex Thiruvananthapuram
KSRTC Bus Station Alappuzha • KSRTC Bus Station Ernakulam
Machingal Lane Thrissur • IG Road Kozhikode
Mavoor Road Kozhikode • NGO Union Building Kannur
Central Bus Terminal Complex Thavakkara Kannur

നിൽക്കൂ ശ്രദ്ധിക്കൂ

സ്ത്രീകളുടെ നിയമ പോരാട്ടങ്ങളുടെ കഥകൾ

ജസ്റ്റിസ് കെ ചന്ദ്രു
റിട്ടയേർഡ് ജഡ്ജ്, മദ്രാസ് ഹൈക്കോടതി

പരിഭാഷ
ചിഞ്ജു പ്രകാശ്

ചിന്ത പബ്ലിഷേഴ്സ്
തിരുവനന്തപുരം-695 035

ജസ്റ്റിസ് കെ ചന്ദ്രു

1951 മെയ് 8 നു തമിഴ്നാട്ടിലെ ശ്രീരംഗത്തു ജനിച്ചു. ലയോള കോളേജ്, മദ്രാസ് ക്രിസ്ത്യൻ കോളേജ് എന്നിവിടങ്ങളിൽ വിദ്യാഭ്യാസം. 1973 ൽ നിയമപഠനത്തിനു ചേർന്നു. വിദ്യാഭ്യാസ കാലത്തും തുടർന്നും സാമൂഹിക പ്രവർത്തനങ്ങളിൽ സജീവമായിരുന്നു. മദ്രാസ് ഹൈ കോടതിയിൽ വക്കീലായി പ്രാക്ടീസ് ചെയ്തതിനു ശേഷം 2006 ൽ മദ്രാസ് ഹൈക്കോടതി ജഡ്ജിയായി.
പ്രധാന കൃതികൾ : *ലൈറ്റ് ഓഫ് അംബേദ്കർ ഇൻ മൈ ജഡ്ജ്മെന്റ്സ്, ലിസൺ ടു മൈ കേസ്*

ചിഞ്ജു പ്രകാശ്

സ്വതന്ത്ര വിവർത്തക. മലയാള സാഹിത്യത്തിൽ ബിരുദം, പത്രപ്രവർത്തനത്തിൽ ബിരുദാനന്തര ബിരുദം. 2010 മുതൽ ബാലപ്രസിദ്ധീകരണരംഗത്ത് പ്രവർത്തിക്കുന്നു. *അങ്ങനെ ഞാനൊരു പോക്രോം പോക്രോം, കരയിലും വെള്ളത്തിലും, എനിക്കിഷ്ടം* എന്നിവ പ്രസിദ്ധീകരിക്കപ്പെട്ടിട്ടുള്ള ബാലസാഹിത്യ കൃതികളും *എന്റെ രാജ്യം എന്റെ ശരീരം* (ജിയോ കോണ്ട ബെല്ലി), *കാണാമറയത്തെ ഇന്ത്യ* (ഭാഷാ സിംഗ്), *അഴക്, ഒരു മുറിവ്* (ഇക കുർന്യവാൻ), *അന്ധയുടെ അനന്തരാവകാശികൾ, വിക്സ് മാംഗോ ട്രീ, വെൻഡിംഗ് മെഷീനിൽനിന്നുള്ള കഥകൾ* (അനീസ് സലിം), *ദൈവനാമത്തിൽ* (രവി സുബ്രഹ്മണ്യൻ), *ചിരിപ്പിക്കുന്ന കഥകൾ* (റസ്കിൻ ബോണ്ട്) എന്നിവ പ്രസിദ്ധീകരിക്കപ്പെട്ടിട്ടുള്ള വിവർത്തനങ്ങളുമാണ്.

ഫോൺ : 8281429072
E-mail : chinjuprakash@gmail.com

ഉള്ളടക്കം

മതബോധവും
മതവിശ്വാസത്തിനുള്ള അവകാശവും

ജീവിക്കാനും തിരഞ്ഞെടുപ്പിനും അന്തസ്സിനുമുള്ള അവകാശം:
വ്യക്തിഗത പ്രയാണങ്ങൾ

അഭിമുഖം
ജസ്റ്റിസ് കെ ചന്ദ്രു

പ്രസാധകക്കുറിപ്പ്

മദ്രാസ് ഹൈക്കോടതി മുൻ ജഡ്ജിയായിരുന്ന ജസ്റ്റിസ് കെ ചന്ദ്രു തന്റെ ഔദ്യോഗിക കാലയളവിനുള്ളിൽ ഒട്ടനേകം കേസുകൾ കേൾക്കുകയും ചരിത്രത്തിൽ ഇടം നേടുന്ന സുപ്രധാന വിധികൾ പ്രഖ്യാപിക്കുകയും ചെയ്തിട്ടുണ്ട്. ഏതാണ്ട് 54000 ത്തിലധികം കേസുകൾ ഈ കാലയളവിൽ അദ്ദേഹം കൈകാര്യം ചെയ്തിട്ടുണ്ട്.

പൊതു ശ്മശാനങ്ങളുമായി ബന്ധപ്പെട്ട ജാതീയ വിവേചനങ്ങൾക്കെതിരെയും, ഉച്ചഭക്ഷണ കേന്ദ്രങ്ങളിലെ സാമുദായിക വേർതിരിവുകൾക്കെതിരെയും, ആരാധനാലയങ്ങളിൽ സ്ത്രീകൾ പൂജാരികൾ ആകുന്നതുമായി ബന്ധപ്പെട്ടും, സ്റ്റേജ് നാടകങ്ങൾക്ക് പൊലീസിന്റെ അനുവാദം വാങ്ങുന്നത് നിർത്തലാക്കുന്നതും തുടങ്ങി അക്കൂട്ടത്തിൽ എടുത്തു പറയത്തക്ക വിധികൾ ധാരാളമുണ്ട്.

ഇവിടെ സ്ത്രീകളുടെ അവകാശ പോരാട്ടങ്ങളുമായി ബന്ധപ്പെട്ടു തന്റെ മുന്നിലെത്തിയ കേസുകളാണ് ജസ്റ്റിസ് ചന്ദ്രു രേഖപ്പെടുത്തുന്നത്. തങ്ങൾ നേരിട്ട അതിക്രമങ്ങൾക്കെതിരെ, നിയമവഴികളിലൂടെ പോരാടി പരിഹാരം കണ്ടെത്താൻ ശ്രമിക്കുന്ന ധൈര്യവും നിശ്ചയദാർഢ്യവുമുള്ള സ്ത്രീകളുടെ ഈ കഥകൾ സാമൂഹിക നീതിക്കുവേണ്ടിയുള്ള പോരാട്ടങ്ങൾക്ക് ശക്തിപകരുന്നു. അതോടൊപ്പം തന്നെ ഈ പോരാട്ടങ്ങൾ നീതിയുടെ നിർവ്വചനത്തെ തന്നെ വിശാലവും സമ്പുഷ്ടവുമാക്കി തീർക്കുന്നു.

ഈ പുസ്തകം മലയാളത്തിൽ പ്രസിദ്ധീകരിക്കാൻ അനുമതി നല്കിയ ജസ്റ്റിസ് ചന്ദ്രുവിനും ലെഫ്റ്റ് വേർഡ് പബ്ലിഷേഴ്സിനും നന്ദി രേഖപ്പെടുത്തുന്നു. സ്ത്രീകളുടെ അവകാശങ്ങൾക്കുവേണ്ടി പോരാടുന്ന എല്ലാവർക്കും ഈ പുസ്തകം കൂടുതൽ കരുത്തുപകരും എന്ന ഉറച്ച വിശ്വാസത്തോടെ.

ചിന്ത പബ്ലിഷേഴ്സ്

ആമുഖം

ഇന്ത്യൻ വിദേശകാര്യ വകുപ്പിലെ ഒരു മുതിർന്ന ഓഫീസറായിരുന്നു സി ബി മുത്തമ്മ. അവർക്ക് ഗ്രേഡ് I സർവ്വീസിലേക്ക് സ്ഥാനക്കയറ്റം കിട്ടുന്നുണ്ടായിരുന്നില്ല. അതേസമയം അവരെക്കാൾ ജൂനിയറായ പലർക്കും മുത്തമ്മയെ മറികടന്ന് സ്ഥാനക്കയറ്റം കിട്ടിക്കൊണ്ടുമിരുന്നു. വളരെക്കാലം അവർ കാത്തിരുന്നു. ഒടുവിൽ 1970 കളുടെ അവസാനത്തിൽ സുപ്രീംകോടതിയെ സമീപിക്കാൻ അവർ തീരുമാനിച്ചു.

സുപ്രസിദ്ധ ന്യായാധിപൻ വി ആർ കൃഷ്ണയ്യർ ഉൾപ്പെടുന്ന ബെഞ്ചിന് മുമ്പാകെ തന്റെ കേസ് എത്തിപ്പെട്ടത് അവരുടെ ഭാഗ്യം. എന്തുകൊണ്ടാണ് മുത്തമ്മയ്ക്ക് സ്ഥാനക്കയറ്റം ലഭിക്കാത്തതെന്ന് കോടതി കേന്ദ്രസർക്കാരിനോട് ചോദിച്ചു.

സർക്കാരിന്റെ മറുപടി എന്തായിരുന്നുവെന്ന് നിങ്ങൾക്ക് ഊഹിക്കാൻ കഴിയുമോ?

മുത്തമ്മ അവിവാഹിതയാണ്. അംബാസിഡറായി നിയമിക്കുകയാണെങ്കിൽ അവിവാഹിതയായ മുത്തമ്മയ്ക്ക് സ്റ്റേറ്റിന്റെ അതിഥികളെ സൽക്കരിക്കാൻ സാധിക്കുകയില്ല. അതുകൊണ്ട് അവിവാഹിതകളായ ഐ എഫ് എസ് ഓഫീസർമാരെ സർക്കാർ സ്വതന്ത്ര സ്ഥാനങ്ങളിലേക്ക് നിയമിക്കുകയില്ല. ഈ നിയമം പക്ഷേ, അവിവാഹിതരായ പുരുഷ ഓഫീസർമാരുടെ കാര്യത്തിൽ ബാധകമായിരുന്നില്ല എന്നത് വിചിത്രം തന്നെ.

യു പി എസ് സി പരീക്ഷ എഴുതി ഇന്ത്യൻ സിവിൽ സർവ്വീസിൽ എത്തുന്ന ആദ്യത്തെ വനിതയാണ് മുത്തമ്മ. 1948 ലായിരുന്നു അത്. ഐ എഫ് എസിൽ ചേരുന്ന ആദ്യ വനിതയും അവരായിരുന്നു. സർവ്വീസിൽ കയറുമ്പോൾ വിവാഹിതയാകുന്ന പക്ഷം ജോലിയിൽ നിന്ന് വിരമിച്ചുകൊള്ളാം എന്ന് രേഖാമൂലം എഴുതി നല്കിയിരുന്നു. ആ വ്യവസ്ഥ പാലിച്ചത് തന്നെയാണ് അവർക്ക് വിനയായി ഭവിച്ചത്.

സർക്കാരിന്റെ മറുപടി ന്യായാധിപന്മാരെ ഞെട്ടിച്ചു. മുത്തമ്മയ്ക്ക് എത്രയും വേഗം അവർ അർഹിക്കുന്ന സ്ഥാനക്കയറ്റം നല്കുന്നില്ല എങ്കിൽ സർക്കാരിന്റെ വ്യവസ്ഥകൾ ഭരണഘടനാവിരുദ്ധമാണെന്ന് പ്രഖ്യാപിക്കേണ്ടി വരുമെന്ന് കോടതി മുന്നറിയിപ്പ് നല്കി.

അടുത്ത ഹിയറിങ് ആയപ്പോഴേക്കും മുത്തമ്മയെ ഹേഗിലെ അംബാസിഡറായി നിയമിച്ച് കഴിഞ്ഞിരുന്നു.

ആ ഹർജി അവസാനിപ്പിക്കുമ്പോൾ ജസ്റ്റിസ് കൃഷ്ണയ്യർ അദ്ദേഹത്തിന്റെ വിധിന്യായത്തിൽ എഴുതിയത് ഇങ്ങനെയാണ്. ഈ ഹർജി തള്ളുന്നു, എന്നാൽ വിഷയം തള്ളുന്നില്ല.

ഒരിക്കൽ യുവതുർക്കിയെന്ന് വിശേഷിപ്പിക്കപ്പെട്ടിരുന്ന മുതിർന്ന കോൺഗ്രസ് നേതാവ് നന്ദിനി സത്പതി ഒഡിഷയുടെ മുൻ മുഖ്യമന്ത്രി കൂടിയാണ്. അടിയന്തരാവസ്ഥക്കാലത്ത്, 1979 ൽ അവർ രാജിവച്ചു. പ്രതിപക്ഷത്തിരിക്കുന്ന സമയത്ത് ഒരിക്കൽ ഒരു പൊലീസ് ഓഫീസർ വൈകുന്നേര സമയത്ത് അവരെ ചോദ്യം ചെയ്യാനായി വിളിച്ചുവരുത്തി. ഇരുട്ടിയതിനുശേഷം സ്ത്രീകളെ പൊലീസ് സ്റ്റേഷനിലേക്ക് വിളിച്ചു വരുത്തുന്നത് തെറ്റാണെന്ന് വാദിച്ചുകൊണ്ട് അവർ സുപ്രീംകോടതിയെ സമീപിച്ചു.

ക്രിമിനൽ പ്രൊസീജ്യർ കോഡിന്റെ 160–ാം വകുപ്പ് പ്രകാരം ഒരു സ്ത്രീയേയും പൊലീസ് സ്റ്റേഷനിലേക്ക് വിളിച്ചുവരുത്താൻ പാടുള്ളതല്ല. എന്നല്ല, താമസസ്ഥലത്തല്ലാതെ മറ്റൊരിടത്തും അവരെ ചോദ്യം ചെയ്യാൻ പാടുള്ളതല്ല. എന്തിന്റെ പേരിലായാലും സ്ത്രീകളെ വൈകുന്നേരത്തിനുശേഷം പൊലീസ് സ്റ്റേഷനിലേക്ക് വിളിച്ചുവരുത്താൻ പാടില്ലെന്ന് കോടതി വിധിച്ചു. ഇങ്ങനെ ഒരു വ്യവസ്ഥ നിലനില്ക്കുന്നുണ്ടെന്ന് പൊലീസിനെ ഓർമ്മിപ്പിക്കാൻ ആ വിധിന്യായം വേണ്ടിവന്നു.

ഏതാണ്ട് ഇതേ സമയം, 1979 സെപ്തംബറിൽ, സെഷൻസ് കോടതി ശിക്ഷിച്ച ഒരു കുറ്റവാളിയെ സുപ്രീംകോടതി കുറ്റവിമുക്തനാക്കുകയുണ്ടായി. മതുര എന്ന സ്ത്രീ കൂട്ടബലാത്സംഗത്തിന് ഇരയായ കേസിലായിരുന്നു അത്. ആ തീരുമാനത്തിന് പിന്നിലെ കാരണം അമ്പരപ്പിക്കുന്നതായിരുന്നു. മതുരയുടെ ശരീരത്തിൽ പരിക്കുകൾ ഒന്നുംതന്നെയില്ല എന്നാണ് കോടതി പറഞ്ഞ ന്യായം. പീഡനത്തെ അവർ എതിർത്തിരുന്നുവെങ്കിൽ ശരീരത്തിൽ എന്തെങ്കിലും തരത്തിലുള്ള പരിക്കുകൾ ഉണ്ടായേനേ. അത്തരം മുറിവുകളൊന്നും ഇല്ലാത്തതുകൊണ്ട് അത് അവരുടെ കൂടി സമ്മതത്തോടെ നടന്നതാണ് എന്നായിരുന്നു നിഗമനം.

രാജ്യമെമ്പാടുമുള്ള സ്ത്രീ സംഘടനകൾ രോഷാകുലരായി. മുത്തമ്മയ്ക്കും നന്ദിനി സത്പതിക്കും നീതികൊടുത്ത കോടതി എവിടെപ്പോയി എന്ന ചോദ്യം ഉയർന്നുകേട്ടു. 1983 ഡിസംബറിന്റെ തുടക്കത്തിൽ ബലാത്സംഗവുമായി ബന്ധപ്പെട്ട വ്യവസ്ഥകളിൽ പാർലമെന്റ് നിരവധി ഭേദഗതികൾ കൊണ്ടുവന്നു.

ഇന്ത്യയിൽ ഹൈക്കോടതികൾ വന്നിട്ട് നൂറ്റിയമ്പത് വർഷങ്ങൾ കഴിഞ്ഞിരിക്കുന്നു. എന്നിട്ടും ഐക്യരാഷ്ട്ര സഭ 1975 നെ ഇന്റർനാഷണൽ ഇയർ ഓഫ് വിമെൻ ആയി പ്രഖ്യാപിച്ചതിനുശേഷം മാത്രമാണ് സ്ത്രീകൾ അവരുടെ പ്രശ്നങ്ങൾക്ക് പരിഹാരം തേടി കോടതിയെ സമീപിക്കാൻ തുടങ്ങിയതുതന്നെ. സ്ത്രീകൾ സ്വയരക്ഷയ്ക്കായി നിയമത്തെ തേടിച്ചെന്നു തുടങ്ങിയതോടെ സ്ത്രീകൾക്കെതിരെയുണ്ടായിക്കൊണ്ടിരുന്ന സാമൂഹിക തിന്മകൾ കൂടുതൽ കൂടുതൽ വെളിപ്പെടാൻ തുടങ്ങി.

കുടുംബസ്വത്ത് തർക്കം, ദാമ്പത്യ കലഹങ്ങൾ, തൊഴിലിടങ്ങളിലെ പ്രശ്നങ്ങൾ, ഉപദ്രവങ്ങൾ, ലിംഗ വിവേചനം തുടങ്ങിയവ സ്ത്രീകൾ കോടതിയെ സമീപിക്കാനുള്ള കാരണങ്ങളിൽ ചിലതാണ്.

സ്ത്രീകൾക്കെതിരെയുള്ള അതിക്രമങ്ങൾ തുടർന്നുകൊണ്ടേയിരിക്കുന്നു. എന്തുകൊണ്ട് എല്ലാ സ്ത്രീകളും ഇതിനെതിരെ പ്രതികരിക്കുകയും കോടതിയിൽ പോരാടുകയും ചെയ്യുന്നില്ല? നല്ലൊരു വിഭാഗം സ്ത്രീകളും അനീതികൾക്ക് മുന്നിൽ താഴ്ന്നുകൊടുക്കുന്നത് അവർക്ക് മുന്നിൽ വലിയൊരു ചോദ്യം ഉയരുമ്പോഴാണ്. സ്വകാര്യ ജീവിതത്തിൽ ഭർത്താവിനെയും വീട്ടുകാരെയും നേരിടാൻ ഭയക്കുന്ന തങ്ങൾ എങ്ങനെയാണ് കോടതിയെ സമീപിക്കാനുള്ള ധൈര്യം കണ്ടെത്തുക?

ക്രൂരതയുടെ പാരമ്യത്തിൽ ധൈര്യം സംഭരിച്ച് നിയമ സഹായം തേടിയ ചില സ്ത്രീകളുണ്ട്. തങ്ങൾക്ക് നേരിടേണ്ടി വന്ന അനീതികളോട് കോടതിയിൽ പോരാടി വിജയം വരിച്ച പിന്നെയക്കാളും തമിഴരശിയും അസാൻ ബാനുവും ആ ധൈര്യത്തിന്റെ മാതൃകകളായി നമുക്ക് മുന്നിലുണ്ട്.

നിർഭയരായ അത്തരം ചില സ്ത്രീകളുടെ കഥകളാണ് ഈ പുസ്തകത്തിൽ പറയുന്നത്. ധീരതയുടെ ഒട്ടനേകം കഥകൾ എവിടെയും രേഖപ്പെടുത്താതെ മാഞ്ഞുപോയിട്ടുമുണ്ട്. എന്നെങ്കിലുമൊരിക്കൽ അവ കണ്ടെത്തുക തന്നെ വേണം. ഞാൻ പ്രസ്താവിച്ചിട്ടുള്ള വിധികൾ വായിക്കാൻ താല്പര്യമുള്ള വായനക്കാർക്കായി കേസുകളുടെ പ്രസക്തമായ റഫറൻസുകൾ/ലോ ജേർണലുകളിൽ റിപ്പോർട്ട് ചെയ്യപ്പെട്ട റഫറൻസുകൾ ഓരോ കഥയുടെയും അവസാനം ചേർക്കുന്നുണ്ട്.

ദീർഘകാല സുഹൃത്ത് കൂടിയായ ഗീതാ ഹരിഹരനോടുള്ള ഹൃദയം നിറഞ്ഞ നന്ദിയും കടപ്പാടും ഇവിടെ രേഖപ്പെടുത്തട്ടെ. എന്റെ പരിശ്രമത്തെയും സേവനങ്ങളെയും കുറിച്ച് ഭംഗിയായി അഭിപ്രായങ്ങൾ രേഖപ്പെടുത്താനും പുസ്തകത്തിന് അവതാരിക തയ്യാറാക്കിത്തരാനും അവർ തയ്യാറായി.

അവിടംകൊണ്ടും തീരുന്നില്ല. ഈ പുസ്തകത്തെ രൂപപ്പെടുത്തിയെടുക്കുന്നതിൽ വിലപ്പെട്ട നിർദ്ദേശങ്ങൾ നല്കാനും അവർ ഒപ്പമുണ്ടായിരുന്നു. ഇന്ത്യൻ റൈറ്റേഴ്സ് ഫോറത്തിൽ നിന്നുള്ള സലിം യൂസുഫ്ജിയുടെയും അഭിലാഷ ചതോപാദ്ധ്യായുടെയും സഹായം ലഭ്യമാകുന്നതിലും അവർ സഹായിച്ചിരുന്നു. മേല്പറഞ്ഞ ആളുകളാണ് പുസ്

തകം ഭംഗിയായി എഡിറ്റ് ചെയ്ത് ഇക്കാണുന്ന രൂപത്തിലാക്കിയെടുത്തത്. ഈ പുസ്തകത്തിന്റെ ഇംഗ്ലീഷ് പതിപ്പ് നിർദ്ദേശിക്കുകയും മാനുസ്ക്രിപ്റ്റിന്റെ ആദ്യ ഡ്രാഫ്റ്റ് തയ്യാറാക്കുകയും ചെയ്ത സുഹൃത്തും ബഞ്ചിലെ എന്റെ സഹപ്രവർത്തകയുമായ ജസ്റ്റിസ് പ്രഭ ശ്രീദേവന് നന്ദി പറയാതെ പോകാൻ തരമില്ല.

ജസ്റ്റിസ് കെ ചന്ദ്രു

ചെന്നൈ
ജനുവരി 2020

അവതാരിക

ഗീത ഹരിഹരൻ

വലിയ പ്രതീക്ഷയോടെയാണ് ഞാനീ പുസ്തകം – നീതി തേടി കോടതികളിലെത്തുന്ന മനുഷ്യരെക്കുറിച്ചുള്ള പുസ്തകം – വായിച്ചു തുടങ്ങിയത്. വളരെ കഷ്ടപ്പെട്ടാണെങ്കിലും എങ്ങനെയെങ്കിലുമൊക്കെ കോടതിവരെ എത്തിച്ചേരുന്ന മനുഷ്യരെ സഹായിക്കാനായി തന്റെ ജീവിതകാലം മുഴുവൻ ചെലവഴിച്ചയാളാണ് കെ ചന്ദ്രു. മദ്രാസ് ഹൈക്കോടതിയിൽ ജഡ്ജിയായി സേവനമനുഷ്ഠിക്കുമ്പോൾ പൂർണ്ണതയുള്ള ഒരു ന്യായാധിപൻ എന്നാൽ എന്താണെന്ന് അദ്ദേഹം കാണിച്ചുതന്നു. കോടതിയുടെ ഉത്തരവാദിത്വങ്ങൾ പ്രാവർത്തികമാക്കുക എന്നാൽ എന്താണെന്നും റെക്കോർഡ് എണ്ണം കേസുകൾ തീർപ്പാക്കിക്കൊണ്ട്, കഠിനമായി പണിയെടുക്കുക എന്നാൽ എന്താണെന്നും അദ്ദേഹം കാണിച്ചുതന്നു. എല്ലാത്തിനും ഉപരിയായി എല്ലാവർക്കും നീതി ലഭ്യമാവുക എന്ന പ്രതിബദ്ധതയോടെ ജീവിച്ച വ്യക്തി. അദ്ദേഹത്തിന്റെ ശ്രദ്ധേയമായ വിധിന്യായങ്ങൾ പലവിധത്തിലുള്ള മാറ്റങ്ങൾക്ക് വഴി വയ്ക്കുകയുണ്ടായി. ജാതി തിരിവുകൾക്ക് അതീതമായ പൊതു ശ്മശാനം, ഉച്ചഭക്ഷണ കേന്ദ്രങ്ങളിലെ കമ്യൂണിറ്റി അടിസ്ഥാനത്തിലുള്ള സംവരണം, സ്ത്രീകൾ ക്ഷേത്രങ്ങളിൽ പൂജാരികളാകുന്നത് അനുവദിക്കുക, സ്റ്റേജ് നാടകങ്ങൾക്ക് പൊലീസ് അനുവാദം വാങ്ങുന്ന രീതി നിർത്തലാക്കുക എന്നിവയെല്ലാം അക്കൂട്ടത്തിൽ പെടുന്നതാണ്.

എന്റെ പ്രതീക്ഷകൾ തരിമ്പും അസ്ഥാനത്തായില്ല. ഈ പുസ്തകത്തിൽ പ്രതിപാദിക്കുന്ന സ്ത്രീകൾ കോടതിയിലൂടെ അസമത്വങ്ങൾക്കെതിരെ നടത്തിയ പോരാട്ടങ്ങൾ അത്രയ്ക്കും സ്പഷ്ടമായിരുന്നു. തൊണ്ണൂറുകളിൽ ഞാൻ നടത്തിയ നിയമ പോരാട്ടങ്ങളിലൂടെ ഒരിക്കൽ കൂടി സഞ്ചരിക്കുന്നതായി എനിക്കു തോന്നി. നിയമത്തിന്റെ കണ്ണിൽ,

ഞാൻ, പ്രായപൂർത്തിയാകാത്ത എന്റെ മകന്റെ നാചറൽ ഗാർഡിയൻ (സ്വാഭാവിക രക്ഷാധികാരി)അല്ല എന്ന തിരിച്ചറിവ് ശരിക്കും ഞെട്ടിക്കുന്നതായിരുന്നു. ഇന്ദിര ജെയ്സിങ്ങിന്റെയും ലോയേഴ്സ് കളക്റ്റീവിന്റെ വിമൻസ് റൈറ്റ്സ് ഇനിഷിയേറ്റീവ് പദ്ധതിയുടെയും സഹായത്തോടെ ഞാനും എന്റെ കുഞ്ഞിന്റെ പിതാവും ചേർന്ന് സുപ്രീംകോടതിയിൽ ഒരു റിട്ട് ഹർജി സമർപ്പിച്ചു. ഹിന്ദു മൈനോരിറ്റി ആന്റ് ഗാർഡിയൻ ഷിപ്പ് ആക്റ്റിന്റെ(1956) ഭരണഘടനാ സാധുതയെ ചോദ്യം ചെയ്തുകൊണ്ടായിരുന്നു അത്. ആ നിയമത്തിന്റെ ആറാം വകുപ്പ് പ്രകാരം പ്രായപൂർത്തിയാകാത്ത കുട്ടിയുടെ നിയമാനുസൃത രക്ഷാകർതൃത്വം അച്ഛൻ കഴിഞ്ഞാൽ അമ്മയ്ക്കാണ്. ഗാർഡിയൻസ് ആന്റ് വാർഡ് ആക്റ്റ് (1890) ന്റെ പത്തൊമ്പതാം വകുപ്പ് പ്രകാരം പ്രായപൂർത്തിയാകാത്ത കുട്ടിയുടെ പിതാവ് ജീവിച്ചിരിക്കുകയോ, അല്ലെങ്കിൽ കോടതിയുടെ നോട്ടത്തിൽ രക്ഷകർത്താവാകാൻ അയോഗ്യനല്ലാതിരിക്കുകയോ ചെയ്താൽ അവിടെ ഗാർഡിയനെ നിയമിക്കുന്നതിൽ നിന്ന് കോടതിയെ വിലക്കുന്നുണ്ട്. പലപ്പോഴും ഈ രണ്ട് വകുപ്പുകളും ചേർത്ത് വായിക്കുമ്പോൾ കോടതികൾ അതിനെ വ്യാഖ്യാനിക്കുന്നത് കുട്ടിയുടെ ക്ഷേമം പിതാവിൽ നിക്ഷിപ്തമായിരിക്കുന്നു എന്നാണ്. അതുകൊണ്ട് എന്ത് സംഭവിക്കുന്നുവെന്നു വച്ചാൽ രക്ഷാകർതൃത്വത്തിലുള്ള മാതാവിന്റെ തുല്യ അവകാശം നിഷേധിക്കപ്പെടുന്നു. ഞങ്ങളുടെ റിട്ട് ഹർജിയുടെ സത്ത ഈ ചോദ്യമായിരുന്നു: തന്റെ കുഞ്ഞിന്റെ ക്ഷേമത്തെച്ചൊല്ലി തീരുമാനങ്ങൾ എടുക്കാൻ അമ്മയെ അയോഗ്യയാക്കുന്നത് എന്താണ്? സ്ത്രീ രക്ഷാകർതൃത്വത്തിന് പ്രാപ്തയല്ലെന്ന അനുമാനത്തിന് സാമൂഹികമോ സാമ്പത്തികമോ ശാസ്ത്രീയമോ ആയ യാതൊരു അടിസ്ഥാനവും ഉണ്ടായിരുന്നില്ല. ഈ നിയമത്തിന് യുക്തിപരമായ അടിസ്ഥാനമില്ലെങ്കിൽ പിന്നെ എന്താണ് മാനദണ്ഡം? അമ്മയുടെ ജന്റർ? എന്നാൽ അത് ഭരണഘടനയുടെ അനുച്ഛേദം 14 ഉം 15 ഉം ഉറപ്പുതരുന്ന തുല്യതയുടെ ലംഘനമല്ലേ?

1999 ഫെബ്രുവരി 17 ൽ ഇന്ത്യയുടെ ചീഫ് ജസ്റ്റിസ് ഉൾപ്പെടുന്ന സുപ്രീം കോടതിയുടെ ഒരു ബഞ്ച് അമ്മമാരെയും മക്കളെയും സംബന്ധിച്ച് ഒരു വിധി പ്രഖ്യാപിച്ചു. പരമോന്നത കോടതി പറഞ്ഞു: പ്രായപൂർത്തിയാകാത്ത കുട്ടിയുടെയും കുട്ടിയുടെ സ്വത്തുക്കളുടെയും സംരക്ഷണം അച്ഛനമ്മമാരുടെ രണ്ടുപേരുടെയും ഉത്തരവാദിത്വമാണ് എന്നത് അനിഷേധ്യമായ യാഥാർത്ഥ്യമാണ്. ആധിപത്യ സ്വഭാവം കൂടുതലുണ്ട് എന്ന കാരണത്താൽ പിതാവിന്, കുട്ടിയുടെ രക്ഷാകർതൃത്വത്തിന്റെ കാര്യത്തിൽ മാതാവിനേക്കാൾ മുൻഗണനാധികാരം ഉണ്ടാവുകയില്ല. കാരണം രണ്ടുപേരും ഒരേ ഗണത്തിലാണ് ഉൾപ്പെടുന്നത് എന്ന് ഒരു സമകാലിക വിധിയിൽ ഇതേ ബഞ്ചിലെ ഒരു അംഗം രേഖപ്പെടുത്തി.

ഇത് വളരെ പ്രധാനപ്പെട്ട ഒരു വിധിയാവേണ്ടതായിരുന്നു. സ്ത്രീകളുടെ അവകാശങ്ങൾക്കുവേണ്ടിയുള്ള പോരാട്ടത്തിലെ ഒരു നാഴിക

ക്കല്ല്. എനിക്കീ വിജയത്തിന്റെ മധുരം അനുഭവപ്പെടേണ്ടതായിരുന്നു. എന്നാൽ ഒരു ചോദ്യത്തിന് ഉത്തരമുണ്ടായിരുന്നില്ല. ഒരു കുഞ്ഞിന്റെ രക്ഷാകർതൃത്വം എന്നത് അമ്മയ്ക്കും അവകാശപ്പെട്ടതാണെന്ന് കോടതി പറഞ്ഞുതന്നാൽ മാത്രമേ നമുക്ക് മനസ്സിലാവുകയുള്ളോ? പക്ഷേ, പിന്നീട് എനിക്കൊരു കാര്യം മനസ്സിലായി. നിയമത്തിന്റെ പുനർവായന എന്നാൽ, ഏറ്റവും ചെറിയ തോതിലാണെങ്കിൽക്കൂടി, മറ്റു സ്ത്രീകൾക്ക് മലർക്കെ തുറക്കാനായി ഒരു വാതിലിന്റെ പൂട്ട് നീക്കംചെയ്യപ്പെടുന്നു എന്നാണ്.

നാം പുനർ നിർമ്മിക്കാനാഗ്രഹിക്കുന്ന ഇന്ത്യയിൽ, നാം ആഗ്രഹിക്കുന്ന ലോകത്ത് കോടതികൾ വഴിയുള്ള നീതി എല്ലാവർക്കുമുള്ളതാണ്. അതിനുവേണ്ടിയാണ് നാം പ്രവർത്തിക്കുന്നത്. നിയമങ്ങൾ നിർമ്മിക്കപ്പെടുകയും വായിക്കപ്പെടുകയും നടപ്പിലാക്കപ്പെടുകയും ചെയ്യുന്ന ഒരു ലോകം. അവിടെ നീതി വായുവും വെള്ളവും പോലെയായിരിക്കണം. സമൂഹത്തിനും രാജ്യത്തിനുമുള്ള അവശ്യപോഷണം. ഒരിക്കൽ നാമത് അംഗീകരിക്കുകയാണെങ്കിൽ കോടതി നടപ്പിലാക്കുന്ന നിയമത്തിൽ നിന്ന് ആർക്കാണ് ഫലം കിട്ടേണ്ടത് എന്ന ചോദ്യം അപ്രസക്തമാകും. സങ്കടകരമായ കാര്യം ഈ ചോദ്യം വീണ്ടും വീണ്ടും ചോദിക്കേണ്ടി വരുന്നു എന്നതാണ്. തീർച്ചയായും അതിന്റെ ഉത്തരം രാജ്യത്തെ എല്ലാവർക്കും എന്നാണ്. പക്ഷേ, ആ ഉത്തരം അനുഭവത്തിൽ ചുരുക്കമാണ്. ഈ പുസ്തകത്തിൽ കെ ചന്ദ്രു അദ്ദേഹത്തിന്റെ ഓരോ കഥയും — യഥാർത്ഥ കേസുകൾ — ആരംഭിക്കുന്നത് ഇന്ത്യൻ പൗരന്മാർക്ക് ഉറപ്പ് നല്കപ്പെട്ടിട്ടുള്ള നീതിയിൽ വരുന്ന പിഴവുകളുടെ യാഥാർത്ഥ്യങ്ങൾ സൂചിപ്പിച്ചുകൊണ്ടാണ്. പുസ്തകത്തിന്റെ ഏറിയ പങ്കും ശ്രദ്ധകേന്ദ്രീകരിച്ചിരിക്കുന്നത് കോടതിയിൽ നീതി തേടിയെത്തിയ സ്ത്രീകളിലാണ്.

എഴുപതുകളുടെ പകുതി മുതൽ കുടുംബ സ്വത്ത് മുതൽ വിവേചനവും ഉപദ്രവങ്ങളും വൈവാഹിക ജീവിതത്തിലെ പ്രശ്നങ്ങളും പീഡനങ്ങളും വരെ പരന്നുകിടക്കുന്ന വിവിധങ്ങളായ വിഷയങ്ങളിൽ നീതി തേടി പതുക്കെ പതുക്കെയാണെങ്കിലും വളരെ കഷ്ടപ്പെട്ടാണെങ്കിലും സ്ത്രീകൾ കോടതിയെ സമീപിച്ചു തുടങ്ങിയെന്നാണ് കെ ചന്ദ്രു നമ്മളോട് പറയുന്നത്. ഇവിടെ ചന്ദ്രു എടുത്ത് പറയുന്ന കഥകൾ — അതിൽ മിക്കവയും തമിഴ്നാട്ടിൽ സംഭവിച്ചതാണ് — ജീവിതാനുഭവങ്ങളുടെ സമസ്ത തലങ്ങളും സ്പർശിക്കുന്നവയാണ്, ഒപ്പം ഇന്ത്യൻ സ്ത്രീകളെ നിർണ്ണയിക്കുന്ന ജാതിയുടെയും മതത്തിന്റെയും വർഗ്ഗത്തിന്റെയും അടരുകളെയും. വൈവിദ്ധ്യം നിറഞ്ഞ ഈ കൂട്ടത്തെ ഒരു കുടക്കീഴിൽ കൊണ്ടുവരുന്നത് കോടതിയെ സമീപിക്കാനുള്ള മനസ്സുറപ്പും കോടതിയും — സമൂഹവും — അവർക്ക് നീതി ലഭ്യമാക്കാൻ കടപ്പെട്ടിരിക്കുന്നു എന്ന വിശ്വാസവുമാണ്.

അമുദയുടെ കാര്യമെടുക്കാം. വിവാഹമോചനത്തിന് കേസ് കൊടുത്ത അവരുടെ ഭർത്താവ് പത്ത് വയസ്സുകാരനായ മകനെക്കൊണ്ട്

രക്ഷിതാക്കളിൽ ഒരാൾക്ക് അനുകൂലമായി സാക്ഷി പറയിക്കാനുള്ള സാദ്ധ്യത ആരായുകയാണ് ചെയ്തത്. ഇദ്ദത്ത് കാലത്ത് പുലർച്ചെ 4.30 ന് അറസ്റ്റ് ചെയ്യപ്പെട്ട മുഹബത്ത് ബീവി കോടതിയിൽ പോവുകയും തെറ്റുകാരിയായ പൊലീസ് ഉദ്യോഗസ്ഥയിൽനിന്നും പരസ്യമായ ക്ഷമാപണം നേടിയെടുക്കുകയും ചെയ്തു. ചുമട്ടുകാരിയായ കാളിത്തായിയുടെ ഭർത്താവിനെ പൊലീസ് സ്റ്റേഷനിലേക്ക് കൊണ്ടുപോവുകയും അദ്ദേഹം മരണപ്പെടുകയും ചെയ്തു – അതൊരു ആത്മഹത്യയാണെന്ന് പൊലീസ് വാദിച്ചു. വളരെ വർഷങ്ങളെടുത്തെങ്കിലും അവസാനം അതൊരു കസ്റ്റഡി മരണമാണെന്ന് കോടതി കണ്ടെത്തി. സർക്കാർ അവർക്ക് നഷ്ടപരിഹാരം നല്കണമെന്നും കോടതി വിധിച്ചു. ഉച്ചഭക്ഷണ കേന്ദ്രങ്ങളിലും അംഗനവാടികളിലും നിയമനങ്ങൾ നടക്കുമ്പോൾ ദളിത് സ്ത്രീകൾ എങ്ങനെയാണ് വിവേചനം നേരിടുന്നതെന്ന് പോതുമല്ലി കണ്ടു. ഈ നിയമനങ്ങളിൽ സംവരണം നടപ്പിലാക്കണമെന്ന് ആവശ്യപ്പെട്ട് അവർ റിട്ട് ഹർജി സമർപ്പിച്ചു.

ധീരരായ കുറച്ച് സ്ത്രീകളെ മാത്രമേ നാം ഈ പുസ്തകത്തിൽ കാണുന്നുള്ളൂ. കാരണം കോടതിയിൽ പോവുക എന്നത് കുറച്ചേറെ ബുദ്ധിമുട്ടുള്ള കാര്യമാണ്. കുടുംബത്തിൽനിന്നോ സമ്പ്രദായങ്ങളിൽ നിന്നോ സാമ്പത്തികമോ വൈകാരികമോ ആയ പിന്തുണ കൂടാതെയാകുമ്പോൾ അത് കൂടുതൽ കഠിനമാകും. സത്യത്തിൽ അക്കൂട്ടത്തിൽ ഒരു സ്ത്രീ, അസാൻ ബാനുവിന് നേരെ അനുവാദമില്ലാതെ കോടതിയെ സമീപിച്ചു എന്ന കുറ്റം ആരോപിക്കുകയും ഉണ്ടായി. എന്നാൽ എല്ലാ കേസുകളിലും സ്ത്രീകൾ വലിയ ധൈര്യമാണ് പ്രകടിപ്പിച്ചത്. നീതി ലഭിക്കാനുള്ള തങ്ങളുടെ അവകാശത്തിൽ ഉറച്ചുനില്ക്കാൻ അവർ കാണിച്ച മനസ്സും എടുത്തുപറയേണ്ടതാണ്. സ്ത്രീകളുടെ യഥാർത്ഥ പോരാട്ടങ്ങളുടെ ഈ കഥകളെ വേറിട്ട് നിർത്തുന്ന മറ്റൊരു ഘടകം അവയിൽ ഏതാണ്ടെല്ലാത്തിലും വിജയം – ചിലപ്പോൾ വലിയ നഷ്ടങ്ങൾ ഉള്ളതാണെങ്കിൽക്കൂടി – അവർക്കൊപ്പമുണ്ടെന്നതാണ്.

സ്ത്രീകളോടും ലിംഗവിവേചനത്തെ എതിർക്കുന്നവരോടും ശക്തമായി സംവദിക്കുന്ന പുസ്തകമാണ് ഇത്. പക്ഷേ, അതിനേക്കാൾ കൂടുതലാണ് അതിന്റെ പ്രസക്തി. വ്യക്തിപരമായ പോരാട്ടങ്ങൾ ഒറ്റ നക്ഷത്രങ്ങളെപ്പോലെയാണ് തിളങ്ങുന്നതെങ്കിലും യഥാർത്ഥത്തിൽ അവർ തനിച്ചല്ല. അവരിൽ നിന്ന് അധികം ദൂരെയല്ലാതെ നീതിക്കുവേണ്ടിയുള്ള ധാരാളം ചെറു സംഘടിത പോരാട്ടങ്ങൾ നടക്കുന്നുണ്ട്. അതൊരു കൂട്ടമോ, ഒരു മുഴുവൻ ഗ്രാമമോ, ജാതിയോ, വിഭാഗമോ, മുന്നേറ്റമോ ആയാലും സംഘടിതമായ ആ പോരാട്ടങ്ങൾ ഒന്നിച്ച് നക്ഷത്രഗണങ്ങൾ പോലെ തിളങ്ങും. അവർ കൂടുതൽ ആളുകളെ ഒന്നിച്ച് കൂട്ടും. ദുർബ്ബലരെന്ന് കരുതപ്പെടുന്നവർ കൂടി അക്കൂട്ടത്തിലുണ്ടാവും. ആ കൂട്ടായ്മ ഒരു മറയുമില്ലാതെ വ്യക്തമാക്കും: ഞങ്ങൾ ഞങ്ങളുടെ നീതിക്കായി പൊരുതും.

കൂട്ടായ പോരാട്ടങ്ങൾ മുന്നേറ്റങ്ങളിലേക്കും അതുവഴി നിയമത്തിലുള്ള പൊളിച്ചെഴുത്തുകളിലേക്കും നയിച്ച ഏതാനും പ്രശസ്തമായ സംഭവങ്ങളും പുസ്തകം ഓർത്തെടുക്കുന്നുണ്ട്. 1972 ൽ മധുര എന്ന ആദിവാസി സ്ത്രീ വൈകുന്നേരത്തിനുശേഷം പൊലീസ് സ്റ്റേഷനിലേക്ക് വിളിപ്പിക്കപ്പെട്ടു — നിയമവിരുദ്ധമായി. അവൾ കസ്റ്റഡിയിൽ ബലാത്സംഗം ചെയ്യപ്പെട്ടു. ഈ കേസിൽ കോടതികൾ വിജയിച്ചില്ല. 1979 ൽ സുപ്രീം കോടതി, ബലാത്സംഗം സംബന്ധിച്ച ബോംബെ ഹൈക്കോടതിയുടെ വിധി റദ്ദാക്കി. മധുരയുടെ ശരീരത്തിൽ ബലപ്രയോഗത്തിന്റെ പരിക്കുകൾ ഒന്നും ഉണ്ടായിരുന്നില്ലെന്നും ലൈംഗിക ബന്ധം സമ്മതപ്രകാരമാണെന്നും കോടതി പറഞ്ഞു. ഈ കേസ് ആളുകൾക്കിടയിലും വിവിധ വനിതാ സംഘടനകൾക്കിടയിലും വലിയ ഒച്ചപ്പാടുണ്ടാക്കി. ആൾക്കൂട്ടം, സ്ത്രീകളുടെ അവകാശങ്ങളെപ്പറ്റിയും പുരുഷാധിപത്യം പ്രവർത്തിക്കുന്ന രീതികളെപ്പറ്റിയും കൂടുതൽ അവബോധം ഉണ്ടാക്കുക മാത്രമല്ല, കസ്റ്റഡിയിലെ ബലാത്സംഗത്തിന്റെ വിഷയത്തിൽ സുപ്രധാനമായ ഒരു നിയമ നേട്ടത്തിലേക്ക് വഴിവയ്ക്കുകയും ചെയ്തു.

സ്ത്രീകളുടെയും നിയമത്തിന്റെയും മറ്റൊരു നാഴികക്കല്ല് 1997 ലെ വിശാഖ വിധിയായിരുന്നു. വനിതകളുടെ അവകാശങ്ങൾക്കായി പ്രവർത്തിക്കുന്ന ഒരു സംഘവും ചില സാമൂഹ്യ പ്രവർത്തകരും ചേർന്ന് രാജസ്ഥാനിലെ ഒരു സോഷ്യൽ സർവ്വീസ് വർക്കറുടെ ബലാത്സംഗവുമായി ബന്ധപ്പെട്ട് ഒരു പൊതുതാല്പര്യ ഹർജി സമർപ്പിച്ചു. തൊഴിലിടങ്ങളിൽ സ്ത്രീകൾ നേരിടുന്ന ലൈംഗിക അതിക്രമങ്ങൾ പരിശോധിക്കാൻ നിയമപരമായ വ്യവസ്ഥയുണ്ടാക്കണമെന്ന് ഹർജി ആവശ്യപ്പെട്ടു. പാർലമെന്റ് അത് നിയമമാക്കാൻ 2013 വരെ സമയമെടുത്തെങ്കിലും ഈ കേസിൽ കോടതി പ്രഖ്യാപിച്ച വിധി ലിംഗസമത്വത്തിൽ മറ്റൊരു നാഴികക്കല്ലായിരുന്നു.

എന്നാൽ ഈ പുസ്തകം അധികം അറിയപ്പെടാത്ത കേസുകൾക്ക് കൂടുതൽ പ്രാധാന്യം നല്കിയിരിക്കുന്നു. ഒറ്റനോട്ടത്തിൽ അവ ചെറുതാണെന്നോ പ്രാദേശികമായ പരിശ്രമമാണെന്നോ തോന്നിയേക്കാം. യഥാർത്ഥത്തിൽ ഇവയെല്ലാം ദേശീയതലത്തിലുള്ള കേസുകളുടെ അത്ര തന്നെ പ്രധാനപ്പെട്ടതാണ്. മിക്കതും മറ്റൊരു കാര്യംകൂടി വെളിപ്പെടുത്തുന്നുണ്ട്. ലിംഗസമത്വത്തിനായുള്ള പോരാട്ടങ്ങളും ജാതി, മത, വർഗ്ഗ വിവേചനങ്ങളോടുള്ള പോരാട്ടങ്ങളും സമാന്തര സഖ്യങ്ങളാണെന്ന കാര്യം.

ജാതിക്കെതിരായുള്ള പോരാട്ടങ്ങൾ പല തലത്തിൽ നടത്തേണ്ടതായി വരും. എന്നാൽ നിത്യജീവിതത്തിന്റെ ഓരോ അടരുകളിലും വിവേചനവും ക്രൂരതകളും എങ്ങനെയാണോ സംഭവിച്ചുകൊണ്ടിരിക്കുന്നത് അതിനനുസരിച്ച് നിയമത്തിന്റെ ഉപയോഗം പൊരുത്തപ്പെടുത്തേണ്ടത് കോടതികളെ സംബന്ധിച്ച് വളരെ പ്രധാനമാണ്. ഒരു കേസിൽ പൊതുമ്പു എന്ന ഗ്രാമത്തിലെ ജനങ്ങൾ സർക്കാർ സ്കൂളിലെ ഹെഡ്

മാസ്റ്റർ അവിടുത്തെ പെൺകുട്ടികളോട് കാണിക്കുന്ന ലൈംഗിക അതിക്രമങ്ങൾക്കെതിരെ സംഘടിച്ചു. വനിതാ സംഘടനകളുടെ പിന്തുണയോടെ അവരുടെ കേസിൽ വിശദമായ അന്വേഷണം നടന്നു. ഹൈക്കോടതിയുടെ വിധി ജാതികൂടി പരിഗണിച്ചുകൊണ്ടുള്ളതും അക്രമത്തിന് ഇരയായവരുടെ പരിരക്ഷ ഉറപ്പാക്കുന്നതുമായിരുന്നു. കെ ചന്ദ്രു മറ്റെവിടെയും എഴുതാത്ത മറ്റു ചില കേസുകൾ കൂടിയുണ്ട്. സ്ത്രീകളെ ബാധിക്കുന്നതും അതേസമയം കുറേക്കൂടി വലിയ സമൂഹത്തിന് കൂടി ബാധകമായതുമായ കേസുകൾ. ശിവന്തിപ്പട്ടി എന്ന ഗ്രാമത്തിൽ ദളിത് കർഷക തൊഴിലാളികൾ ജാതിവിവേചനത്തിന്റെ ദുരിതങ്ങൾക്കെതിരായുള്ള അവരുടെ പോരാട്ടത്തിൽ വിജയം വരിച്ചു. അവരിൽ ധാരാളം പേർ തങ്ങളുടെ വിളകൾ വില്ക്കാൻ ബസിൽ തിരുനെൽവേലിക്ക് പോയിരുന്നു. ഒരു ദിവസം അവരുടെ പ്രദേശത്തേക്കുള്ള ബസ് സർവ്വീസ് നിർത്തലാക്കി. പൊലീസ് കമ്മീഷണർ ബോധിപ്പിച്ച കാരണം ഹൈക്കോടതിയെ ഞെട്ടിച്ചു. ബസ് ദളിത് കോളനിയിൽ നിർത്തുകയാണെങ്കിൽ എല്ലാ സീറ്റുകളിലും ദളിതർ ഇരിക്കും. അപ്പോൾ സവർണ്ണർക്ക് നിന്ന് യാത്ര ചെയ്യേണ്ടിവരും. ദളിത് കോളനിയിലേക്കുള്ള ബസ് സർവ്വീസ് പുനരാരംഭിക്കാൻ കോടതി ഉത്തരവിട്ടു. മറ്റൊരു കേസിൽ മരണശേഷം പോലും മനുഷ്യനെ ജാതി പറഞ്ഞ് വേർതിരിക്കുകയും മാറ്റിനിർത്തുകയും ചെയ്യുന്നതിനെയാണ് ചോദ്യം ചെയ്തത്. ശ്മശാനങ്ങളിലെ ജാതി തിരിച്ചുള്ള വിഭജനം സമത്വത്തിനുള്ള അവകാശത്തിനും തൊട്ടുകൂടായ്മയുടെ നിർമ്മാർജനത്തിനും എതിരാണെന്ന ഹൈക്കോടതി വിധി വന്നതിന് ശേഷവും ഈ പതിവ് തുടർന്നുകൊണ്ടിരിക്കുന്നു. ചെറുതും വലുതുമായ ഈ വിജയങ്ങൾക്കും അപ്പുറം ഇനിയുമേറെ കാര്യങ്ങൾ ചെയ്യാൻ ബാക്കിയുണ്ട്.

എന്നാൽ, ഒന്നിനു പിറകേ ഒന്നായി തടസ്സങ്ങൾ നേരിട്ടുകൊണ്ടാണെങ്കിലും വളരെ വർഷങ്ങൾ വേണ്ടിവന്നാലും പോരാട്ടം ആരംഭിച്ചു കഴിഞ്ഞിരിക്കുന്നു. ഈ പുസ്തകത്തിൽ നിന്ന് നമുക്ക് കിട്ടുന്ന വാർത്ത അതാണ്. യഥാർത്ഥ ജനങ്ങളിൽനിന്നുള്ള വാർത്ത. അത് സ്ത്രീകളാകട്ടെ, ദളിതരാകട്ടെ, തിരസ്കരിക്കപ്പെട്ട ആദിവാസികളാവട്ടെ, കസ്റ്റഡിയിൽ കൊല്ലപ്പെട്ട ആക്റ്റിവിസ്റ്റുകളുടെ അമ്മമാരോ ആകട്ടെ.

ഇനിയുമേറെ നല്കുന്നുണ്ട് ഈ പുസ്തകം: നിയമം അനങ്ങാപ്പാറയല്ലെന്ന് അത് നമ്മെ ഓർമ്മിപ്പിക്കുന്നു. കൂടുതൽ ആളുകൾക്ക് കൂടുതൽ സാഹചര്യങ്ങളിൽ ഉപകാരപ്പെടാൻ വേണ്ടി ഓരോ തവണ പുനർവായിക്കപ്പെടുമ്പോഴും വിശകലനം ചെയ്യപ്പെടുമ്പോഴും, ജനങ്ങൾ ഉയർത്തുന്ന പ്രശ്നങ്ങൾക്കും ചോദ്യങ്ങൾക്കും ഉത്തരം കണ്ടെത്തുമ്പോഴും നിയമം പുനർജ്ജനിക്കുന്നു. അപ്പോൾ അതിന്റെ ഫലം ലഭിക്കുന്നത് ജനങ്ങൾക്ക് മാത്രമല്ല. പൊതു അവബോധവും അതുവഴിയുള്ള പൊതു ജനാഭിപ്രായവും നിയമത്തിന്റെ വായനയെയും ജനങ്ങൾക്ക് നീതി ല

ഭ്യമാക്കാനുള്ള കോടതി പോലുള്ള സംവിധാനങ്ങളെയും പരിപോഷിപ്പിക്കുന്നു.

അസമത്വത്തിന്റെ നിരവധി ഉദാഹരണങ്ങളും അതുണ്ടാക്കുന്ന വിഷമാവസ്ഥകളും പുസ്തകം വരച്ച് കാണിക്കുന്നുണ്ട്. എന്നിരുന്നാലും പ്രതീക്ഷകൾ മുന്നോട്ടുവയ്ക്കുന്ന പുസ്തകമാണിത്. നിയമം പരുഷവും പൊതുജനങ്ങളിൽനിന്ന് അകന്നതുമാകുമ്പോൾ, ജനങ്ങൾക്ക് നീതി ലഭ്യമാക്കേണ്ട അധികാരികൾ അതിൽ പരാജയപ്പെടുന്നതുകൊണ്ട് എല്ലാവർക്കും നിയമ പരിരക്ഷ ലഭിക്കാതെ വരുമ്പോൾ, നിയമത്തിനും കോടതിക്കും നീതിക്കും അർത്ഥമുണ്ടാക്കാൻ കഴിയുന്ന ഒരേ ഒരു ഇടം, നിയമം എല്ലാവരെയും ഉൾക്കൊള്ളുന്നതും എല്ലാവരെയും പരിഗണിക്കുന്നതും പുരോഗമനപരവുമാകണമെന്നുള്ള ജനങ്ങളുടെ നിശ്ചയദാർഢ്യമാണ്. അതുതന്നെയാണ് ഈ പുസ്തകം നമ്മോട് വ്യക്തമാക്കുന്നതും. തികച്ചും സാഹസികമായി കോടതികളിൽ പോരാടുന്ന നിർഭയരായ ഓരോ മനുഷ്യരിലുമാണ് പ്രതീക്ഷയുടെ കനലുള്ളത്. പ്രതീക്ഷ നിലനില്ക്കുന്നത് അവരുടെ ശബ്ദം കേൾക്കപ്പെടുന്നു എന്നതിലാണ്. അവർ സ്വന്തം ജീവിതവും ഒപ്പം നമ്മുടെ ജീവിതവും മെച്ചപ്പെടുത്തിയിരിക്കുന്നു. നിയമവും കോടതിയുമാണ് ഒരേയൊരു വഴി.

ന്യൂഡൽഹി
ജനുവരി 2020

നഷ്ടങ്ങൾക്കുശേഷമുള്ള ജീവിതം

കാളിത്തായി

പൊതുജനങ്ങളുടെ അവകാശങ്ങളെ സംരക്ഷിക്കുന്നതിനായി ഉണ്ടാക്കിയിട്ടുള്ള സംരക്ഷണഭിത്തിയാണ് പൊലീസ് സേന. എന്നാൽ അതേ പൊലീസ് സേന തന്നെ നീതിലംഘനത്തിനുള്ള വഴിയൊരുക്കിയാലോ? അപ്പോൾ എന്താണ് ചെയ്യുക? അത്തരമൊരു നീതിലംഘനത്തിനെതിരെ നിയമപോരാട്ടം നടത്തിയ കാളിത്തായിയുടെ കഥയാണ് ഇത്.

കാളിത്തായിയും അവരുടെ ഭർത്താവ് മാരിസാമിയും കൂലികളായി പണിയെടുക്കുകയായിരുന്നു. തമിഴ്നാട്ടിലെ തിരുനെൽവേലി ജില്ലയിൽ നെൽകാട്ടുംസേവൽ എന്ന ഗ്രാമത്തിലാണ് അവർ കഴിഞ്ഞിരുന്നത്. 1998 സെപ്തംബർ 16 ന് വാസുദേവനല്ലൂർ സ്റ്റേഷനിലെ ഇൻസ്പെക്ടർ മൂന്ന് പുരുഷന്മാരെ അറസ്റ്റ് ചെയ്തു — മാരിസാമിയും രാമറും മുരുഗയ്യയും. രാവിലെ 9.30 ന് അവരെ ശങ്കരൻകോയിൽ പൊലീസ് സ്റ്റേഷനിൽ എത്തിച്ചു. ചോദ്യം ചെയ്യലിനായി അവർ റൈറ്ററുടെ മുറിയിൽ കാത്തിരുന്നു. പൊലീസ് സ്റ്റേഷൻ രജിസ്റ്ററിൽ അവരുടെ അറസ്റ്റ് രേഖപ്പെടുത്തിയിരുന്നില്ല. അതിനിടെ മാരിസാമി മൂത്രപ്പുരയിലേക്ക് പോയി. പിന്നീട് അയാൾ തിരിച്ച് വന്നതേയില്ല.

ഇൻസ്പെക്ടർ പൊലീസ് സ്റ്റേഷനിൽനിന്ന് പോയിരുന്നു. ഉച്ചയ്ക്ക് പന്ത്രണ്ട് മണിയോടെ മടങ്ങി വന്നപ്പോൾ കിട്ടിയ വിവരം മാരിസാമി മൂത്രപ്പുരയിൽ മരിച്ചുകിടക്കുന്നു എന്നതാണ്. കോൺസ്റ്റബിൾമാർ പറയുന്നത് അയാൾ ഉടുത്തിരുന്ന ലുങ്കിയിൽ സ്വയം തൂങ്ങിമരിച്ചതാണെന്നാണ്. സംഭവം നടന്നത് പൊലീസ് സ്റ്റേഷനിലായതിനാൽ പൊലീസ് സ്റ്റാന്റിങ് ഓഡർ നമ്പർ 145 പ്രകാരം വിവരം തിരുനെൽവേലി റവന്യൂ ഡിവിഷണൽ ഓഫീസറെ അറിയിച്ചു.

ഇൻക്വയറി നടത്തിയ ആർ ഡി ഒ 1999 മാർച്ച് 12 ന് സമർപ്പിച്ച റിപ്പോർട്ടിൽ പറയുന്നത് പൊലീസ് ഓഫീസർമാർ അധിക്ഷേപിച്ചതിൽ മനംനൊന്ത് മാരിസാമി ആത്മഹത്യ ചെയ്തു എന്നാണ്. ജില്ലാ കളക്ടർ ആ റിപ്പോർട്ട് സർക്കാരിലേക്കയച്ചു.

തന്റെ ഭർത്താവിന്റെ മരണത്തിൽ നീതി ലഭിക്കണം എന്നാവശ്യപ്പെട്ടുകൊണ്ട് കാളിത്തായി മദ്രാസ് ഹൈക്കോടതി ചീഫ് ജസ്റ്റിസിന് ഒരു കത്തയച്ചു. ആ കത്ത് ഒരു റിട്ട് ഹർജിയായി പരിഗണിക്കണം എന്ന് ചീഫ് ജസ്റ്റിസ് ഉത്തരവിട്ടു. ഇത് സംബന്ധിച്ച് സർക്കാരിന് നോട്ടീസ് അയയ്ക്കുകയും ചെയ്തു. ഇതൊന്നുമറിയാഞ്ഞ കാളിത്തായി ദേശീയ മനുഷ്യാവകാശ കമ്മീഷനും ഒരു പരാതി അയച്ചു. അതുകൂടാതെ 1999 ൽ മാരിസാമിയുടെ മരണത്തിന് നഷ്ടപരിഹാരം ലഭിക്കണമെന്ന് ആവശ്യപ്പെട്ട് ഒരു കേസും അവർ ഫയൽ ചെയ്തു.

അതേസമയം ആർ ഡി ഒയുടെ റിപ്പോർട്ട് പരിശോധിച്ച തമിഴ്നാട് സർക്കാർ 2000 ഫെബ്രുവരി 4 ന് ഒരു ഉത്തരവ് പുറപ്പെടുവിച്ചു. മാരിസാമി ആത്മഹത്യ ചെയ്യുമ്പോൾ പൊലീസ് സ്റ്റേഷൻ രജിസ്റ്ററിൽ കസ്റ്റഡി രേഖപ്പെടുത്തിയിരുന്നില്ല എന്നും കസ്റ്റഡിയിൽ ലുങ്കി ഉടുത്തിരിക്കാൻ അനുവദിക്കുക വഴി ആത്മഹത്യക്ക് സാഹചര്യം ഒരുക്കിക്കൊടുക്കുകയാണ് ചെയ്തത് എന്നും സർക്കാർ ഉത്തരവിൽ പറഞ്ഞിരുന്നു. ഈ രണ്ട് വീഴ്ചകൾക്കും പൊലീസുകാർ ഉത്തരം പറയേണ്ടതുണ്ട്. ഇതേത്തുടർന്ന് വിജയരാഘവൻ (ഇൻസ്പെക്ടർ, വാസുദേവനല്ലൂർ), കോട്ടായി സാമി (സബ് ഇൻസ്പെക്ടർ), സാമൂതിര വേൽ (ഹെഡ് കോൺസ്റ്റബിൾ), വെങ്കിടാചലം, കാശിപാണ്ഡ്യൻ (ഗ്രേഡ് I പൊലീസ് കോൺസ്റ്റബിൾമാർ), സോലൈ സാമി (അസിസ്റ്റന്റ് സ്റ്റേഷൻ റൈറ്റർ) എന്നിവർക്കെതിരെ വകുപ്പുതല അന്വേഷണത്തിനും ഉത്തരവിട്ടു. പിന്നീട് തിരുനെൽവേലി പൊലീസ് സൂപ്രണ്ട് കുറ്റാരോപിതരായ പൊലീസുകാർക്കെതിരെ അച്ചടക്കനടപടിയെടുക്കുകയും ശമ്പളം വെട്ടിക്കുറയ്ക്കുക എന്ന തുലോം നിസ്സാരമായ ശിക്ഷ നല്കിക്കൊണ്ട് ഫയൽ അവസാനിപ്പിക്കുകയും ചെയ്തു.

തെറ്റുകാരായ പൊലീസുകാർക്കെതിരെ നടപടിയെടുത്തു എന്ന് തമിഴ്നാട് സർക്കാർ ദേശീയ മനുഷ്യാവകാശ കമ്മീഷന് മറുപടി കൊടുത്തു. അങ്ങനെ എൻ എച്ച് ആർ സിയിലെ നടപടികൾ സർക്കാർ അവസാനിപ്പിച്ചു. മറ്റൊരു ആഘാതംകൂടി കാളിത്തായിയെ കാത്തിരിക്കുന്നുണ്ടായിരുന്നു. അവരുടെ കത്ത് റിട്ട് ഹർജിയായി പരിഗണിച്ച ഹൈക്കോടതി അവർക്കായി ഒരു നിയമ ഉപദേഷ്ടാവിനെയും നിയമിച്ചിരുന്നു. അവസാനം അവരുടെ കേസ് ഹിയറിങ്ങിനായി വിളിച്ചപ്പോൾ – ഹർജി ഫയൽ ചെയ്ത് ഏഴ് വർഷത്തിനുശേഷം, 2006 ജൂൺ 13 നായിരുന്നു അത് – നിയമോപദേഷ്ടാവ് കോടതിയിൽ ഹാജരായില്ല എന്ന കാരണം കൊണ്ട് ഡിവിഷൻ ബഞ്ച് കേസ് തള്ളി. കോടതി പറഞ്ഞത് ഇപ്രകാരമാണ്:

> അതൊരു റിട്ട് ഹർജിയായി പരിഗണിക്കപ്പെട്ടതിനുശേഷം ഹർജിക്കാരിക്ക് നോട്ടീസ് ഒന്നും അയയ്ക്കുകയുണ്ടായില്ല. എന്നിരുന്നാലും കോടതിയെ സഹായിക്കാൻ ഇതേ കോടതിയിൽ നിന്നുള്ള ഒരു അഭിഭാഷകനെ അമിക്കസ് ക്യൂരിയായി നിയമിച്ചിരുന്നു. ദൗർഭാഗ്യവശാൽ 13.6.2005 ൽ വിഷയം ഡിവിഷൻ ബഞ്ചിന് മുമ്പാകെ എത്തിയപ്പോൾ മേല്പറഞ്ഞ അമിക്കസ് ക്യൂരി കോടതിയിൽ ഹാജരാവുകയുണ്ടായില്ല. കൂടുതൽ അറിയിപ്പുകളൊന്നും.... ഹർജിക്കാരിക്ക് അയച്ചിട്ടില്ല. അതു കൂടാതെ 1999 ൽ ഹർജിക്കാരി നേരിട്ട് സമർപ്പിക്കുകയും വക്കീൽ വ്യവഹാരം നടത്തുകയും ചെയ്ത റിട്ട് ഹർജി നിലനില്ക്കുന്നതായി ഡിവിഷൻ ബഞ്ചിനെ അറിയിക്കുകയുണ്ടായില്ല. അത്തരം വിവരങ്ങൾ ലഭ്യമല്ലാത്തതിനാൽ ഡിവിഷൻ ബഞ്ച് ഈ റിട്ട് ഹർജി തള്ളിക്കളയുന്നു. തീയതി. 13.6.2005.

ഇക്കാര്യങ്ങളൊന്നും അറിയാതിരുന്ന കാളിത്തായി നീതിക്കായി പത്ത് കൊല്ലം കാത്തിരുന്നു. നഷ്ടപരിഹാരത്തിനായി 1999 ൽ അവർ ഫയൽ ചെയ്ത പരാതി 2009 ൽ സിംഗിൾ ജഡ്ജിന് മുന്നിലെത്തി. സർക്കാർ കൗൺസിൽ അറിയിച്ചത് കാളിത്തായിയുടെ പേരിലുള്ള കേസ് നേരത്തേതന്നെ ഡിവിഷൻ ബഞ്ച് തള്ളിയിട്ടുള്ളതിനാൽ ഇതിൽ ഇനി ഒരു സഹായവും നല്കാൻ സാധിക്കില്ല എന്നാണ്. രേഖകൾ പരിശോധിച്ച സിംഗിൾ ജഡ്ജ് കാളിത്തായിയുടെ കാര്യത്തിൽ അന്യായം നടന്നിരിക്കുന്നു എന്ന് കാണുകയും വിഷയം പുതിയൊരു ഡിവിഷൻ ബഞ്ചിന് മുമ്പാകെ വയ്ക്കാൻ ചീഫ് ജസ്റ്റിസിനോട് അപേക്ഷിക്കുകയും ചെയ്തു. അതനുസരിച്ച് കേസ് മറ്റൊരു ഡിവിഷൻ ബെഞ്ചിന് മുന്നിലെത്തി. മാരിസാമി ആത്മഹത്യ ചെയ്തതായതുകൊണ്ട് 1998 ലെ സർക്കാർ ഉത്തരവിൽ പറയുന്ന നഷ്ടപരിഹാരത്തുക കാളിത്തായിക്ക് നല്കാൻ വകുപ്പില്ല എന്നാണ് സർക്കാർ സമർപ്പിച്ച എതിർ സത്യവാങ്മൂലത്തിൽ പറഞ്ഞിരുന്നത്. ഉത്തരവ് പറയുന്നത് ജാതി/വർഗ്ഗീയ കലാപങ്ങൾ, പൊലീസ് പീഠനം, പൊലീസ് വെടിവയ്പ്, പൊലീസ് നടത്തിയ ബലാത്സംഗം എന്നീ കാരണങ്ങളാലുള്ള മരണത്തിന് ലഭ്യമാകുന്ന ഒരു ലക്ഷം രൂപ ധനസഹായം കാളിത്തായിക്ക് ലഭിക്കും എന്നായിരുന്നു.

ജസ്റ്റിസ് പി കെ മിശ്രയുടെ നേതൃത്വത്തിലുള്ള ഡിവിഷൻ ബെഞ്ചായിരുന്നു അത്. സർക്കാർ കൗൺസിലിനെ താക്കീത് ചെയ്യുക മാത്രമായിരുന്നില്ല ഡിവിഷൻ ബെഞ്ച് ചെയ്തത്. മാരിസാമിയുടെ അറസ്റ്റ് സ്റ്റേഷൻ രജിസ്റ്ററിൽ രേഖപ്പെടുത്താതിരുന്നത് പൊലീസ് വകുപ്പിന്റെ ഭാഗത്ത് നിന്നുണ്ടായ വീഴ്ചയാണെന്നും കസ്റ്റഡിയിലിരിക്കെ മരണപ്പെട്ടതിനാൽ മാരിസാമിയുടെ മരണത്തിന്റെ പൂർണ്ണ ഉത്തരവാദിത്വം പൊലീസിനാ

ണെന്നും കോടതി പറഞ്ഞു. അതിലുപരി, തമിഴ്നാട് സർക്കാർതന്നെ ഇക്കാര്യത്തിൽ വകുപ്പുതല അന്വേഷണം നടത്തി പൊലീസുകാർക്ക് മാരിസാമിയുടെ മരണത്തിൽ പങ്കുണ്ടെന്ന് കണ്ടെത്തിയിട്ടുള്ളതിനാൽ സർക്കാർ കസ്റ്റഡിമരണത്തിന്റെ ഉത്തരവാദിത്വം ഏറ്റെടുക്കണമെന്നും രണ്ട് മാസത്തിനുള്ളിൽ മാരിത്തായിക്ക് രണ്ട് ലക്ഷം രൂപ നഷ്ടപരിഹാരമായി നല്കണമെന്നും കോടതി തീരുമാനിച്ചു. പൊലീസുകാരുടെ മോശം പെരുമാറ്റത്തെ കോടതി കടുത്ത ഭാഷയിൽ വിമർശിക്കുകയുമുണ്ടായി.

റഫറൻസ്

M Kalithai vs. State of Tamil Nadu, 2009 (3) MLJ 702 (DB).

ഒരമ്മയുടെ പ്രതിജ്ഞ

എ മങ്കയുടെ നേതൃത്വത്തിലുള്ള മരപ്പാച്ചിയെന്ന നാടക സംഘം 2013 ഏപ്രിലിൽ രണ്ട് നാടകങ്ങൾ അവതരിപ്പിക്കുകയുണ്ടായി. *വാക്ക് മൂലവും* (confessions) *സുന്ദലൈയമ്മാളും*. രണ്ടും എഴുതി തയ്യാറാക്കിയത് വി ഗീതയാണ്. രണ്ട് നാടകങ്ങളുടെയും പ്രമേയം 1975 നും 1977 നും ഇടയിൽ അടിയന്തരാവസ്ഥക്കാലത്ത് തമിഴ്നാട്ടിൽ അരങ്ങേറിയ അതിക്രമങ്ങളെ ആധാരമാക്കിയുള്ളതായിരുന്നു. നോർത്ത് ആർക്കോട്ടിലെ (ഇപ്പോൾ തിരുവണ്ണാമലൈ, വെല്ലൂർ ജില്ലകൾ) ഒരു ഗ്രാമത്തിൽ ശ്മശാനം സൂക്ഷിപ്പുകാരിയായിരുന്നു സുന്ദലൈയമ്മാൾ. അവിടെ കൊണ്ടുവരുന്ന മൃതദേഹങ്ങൾക്ക് ചിട്ട പ്രകാരമുള്ള മരണാനന്തര ചടങ്ങുകൾ നടത്തിവന്നത് അവരാണ്. ഒരു ദിവസം കുറേ പൊലീസുകാർ ഒരു ചെറുപ്പക്കാരന്റെ മൃതദേഹം അവിടെ കൊണ്ടുവന്നു. മൃതദേഹത്തിൽ ധാരാളം പരിക്കുകളുണ്ടായിരുന്നു. എത്രയും വേഗം മൃതദേഹം ദഹിപ്പിക്കാൻ പൊലീസുകാർ തിരക്ക് കൂട്ടി. പക്ഷേ, ആ മാതൃഹൃദയം മരണപ്പെട്ട യുവാവിനെ തിരിച്ചറിഞ്ഞു. ഇതേക്കുറിച്ച് ആരോടും ഒരക്ഷരം മിണ്ടരുതെന്ന് പൊലീസുകാരുടെ ഭീഷണിക്ക് ചെവികൊടുക്കാതെ മരണാനന്തര ചടങ്ങുകൾ പൂർത്തിയാക്കിയ സുന്ദലൈയമ്മാൾ ഉറങ്ങുന്നതിന് മുമ്പായി ആ ചെറുപ്പക്കാരനെക്കുറിച്ചുള്ള വിവരങ്ങളെല്ലാം റിപ്പോർട്ടർമാരോട് തുറന്നുപറഞ്ഞു. അങ്ങനെയാണ് നാടകം അവസാനിക്കുന്നത്. രേവതിയുടെ അഭിനയ മികവ് സുന്ദലൈയമ്മാളിനെ കാഴ്ചക്കാർക്ക് മുന്നിൽ ഭംഗിയായി അവതരിപ്പിച്ചു.

സുന്ദലൈയമ്മാൾ ഒരു സാങ്കല്പിക കഥാപാത്രമാണെങ്കിലും അവർ പറയുന്നത് ഒരു യഥാർത്ഥ കഥയാണ്. സീരളന്റെ കഥ. അടിയന്തരാവസ്ഥക്കാലത്ത് സർവ്വസാധാരണമായിരുന്ന പൊലീസ് അതിക്രമങ്ങളിൽ

ജീവൻ നഷ്ടപ്പെട്ട സീരളൻ. സുന്ദലൈയമ്മാളുടെ കഥാപാത്രം സത്യത്തിൽ മൂന്ന് യഥാർത്ഥ സ്ത്രീകളുടെ ആകത്തുകയായിരുന്നു. ഒന്നാമത്തെയാൾ സീരളന്റെ അമ്മ ഭാഗിയം ദൊരൈസാമിയാണ്. ഭാഗിയം വീട്ടമ്മയും അവരുടെ ഭർത്താവ് ദൊരൈസാമി വിദ്യുച്ഛക്തിവകുപ്പിൽ ജോലിക്കാരനുമായിരുന്നു. മകൻ സീരളന്റെ മരണശേഷം മുപ്പത് വർഷത്തോളമാണ് അവർ നീതിക്കുവേണ്ടി പോരാടിയത്. 1976 ലാണ് അവരുടെ നിയമ പോരാട്ടം ആരംഭിക്കുന്നത്. 2006 ആഗസ്ത് മാസം വരെ അത് തുടർന്നു. രണ്ടാമത്തെ സ്ത്രീ ജയ വേലു. സീരളൻ നേരിട്ട അതിക്രമം കണ്ട ദൃക്സാക്ഷിയാണ് ജയ. അവർ സത്യം പുറത്തുപറയുമെന്ന് ഭയന്ന് പൊലീസ് ജയയെയും ഭർത്താവ് വേലുവിനെയും ഭീഷണിപ്പെടുത്തി. കള്ളക്കേസുണ്ടാക്കി രണ്ടുപേരെയും തടവിലാക്കുകയും കണ്ണില്ലാതെ ഉപദ്രവിക്കുകയും ചെയ്തു. പിന്നീട് ഇതുവരെ ജയയെക്കുറിച്ചോ അവരുടെ ഭർത്താവിനെക്കുറിച്ചോ ഒരു വിവരവും പുറത്തുവന്നിട്ടില്ല. മൂന്നാമത്തെയാൾ മൈഥിലി ശിവരാമനാണ്. അവർ നിരവധി ഗ്രാമങ്ങളും ചേരികളും സന്ദർശിച്ച് കൊലപാതകങ്ങളെക്കുറിച്ചുള്ള വിവരങ്ങൾ ശേഖരിക്കുകയും നീതിക്കായുള്ള പോരാട്ടത്തിന്റെ ഭാഗമായി നിരവധി ധീരമായ പ്രതിഷേധങ്ങൾ നടത്തുകയും ചെയ്തു. അന്നത്തെ ഗവർണറെ വരെ ചെന്നുകണ്ട് റവന്യൂ ബോർഡിൽനിന്നുള്ള അംഗത്തെക്കൊണ്ട് അന്വേഷണം നടത്തേണ്ടതുണ്ടെന്ന് ആവശ്യപ്പെടുകയും ചെയ്തു അവർ. പ്രായംകൊണ്ടുള്ള ഡിമെൻഷ്യ കാരണം ഇപ്പോൾ അതേക്കുറിച്ചൊന്നും ഓർത്തെടുക്കാൻ അവർക്ക് കഴിഞ്ഞെന്നു വരില്ലെങ്കിലും മാധ്യമ സെൻസർഷിപ്പുകൾ കഠോരമായിരുന്ന അടിയന്തരാവസ്ഥക്കാലത്ത് സീരളന്റെ കൊലപാതകം എന്ന തലക്കെട്ടോടെ ഒന്നാന്തരമൊരു ലേഖനം ബോംബെയിൽനിന്ന് ഇറങ്ങിയിരുന്ന *എക്കണോമിക് ആന്റ് പൊളിറ്റിക്കൽ* വീക്കിലിയിൽ (1977 സെപ്തംബർ 24)പ്രസിദ്ധീകരിച്ചു മൈഥിലി. അതോടൊപ്പം 1970 കളിൽ അവർ തയ്യാറാക്കിയ മറ്റനേകം ലേഖനങ്ങൾ ചേർത്ത് *ലെഫ്റ്റ് വേർഡ് ഹോണ്ടഡ് ബൈ ഫയർ* എന്ന പേരിൽ പുസ്തകമാക്കിയിട്ടുണ്ട്. പുസ്തകം എഡിറ്റ് ചെയ്ത വി ഗീത, തന്റെ നാടകത്തിന്റെ സത്ത മൈഥിലി ശിവരാമന്റെ ലേഖനത്തിൽ നിന്ന് രൂപംകൊണ്ടതാണെന്ന് പറയുകയുണ്ടായി.

നമുക്ക് സീരളന്റെ അമ്മ ഭാഗിയം ദൊരൈസാമി നടത്തിയ മുപ്പത് വർഷത്തെ നിയമ പോരാട്ടത്തിലേക്ക് തിരികെ പോകാം. നോർത്ത് ആർക്കോടിലെ ഒരു ഗ്രാമമാണ് പൊന്നേരി. 1976 ൽ അവിടുത്തെ തോട്ടം തൊഴിലാളികൾ തമിഴ്നാട് സർക്കാർ കർഷക തൊഴിലാളികൾക്ക് പ്രഖ്യാപിച്ച മിനിമം കൂലി ലഭ്യമാക്കണം എന്നാവശ്യപ്പെട്ട് ശബ്ദമുയർത്തി. തൊഴിലാളികളെ ഒന്നിച്ച് കൂട്ടിയതും ആ പ്രതിഷേധത്തിന് നേതൃത്വം കൊടുത്തതും സീരളനായിരുന്നു. അന്ന് അയാൾക്ക് ഇരുപത് വയസ്സു പോലും പ്രായമുണ്ടായിരുന്നില്ല. ഭൂവുടമകളുടെ നിർദ്ദേശപ്രകാരം പൊലീസ് സീരളനെ അറസ്റ്റ് ചെയ്ത് ദേഹോപദ്രവമേല്പിച്ചു. കന്നിനു

പൂട്ടുന്ന നുകം അയാളുടെ കഴുത്തിൽ വച്ചിട്ട് പൊലീസുകാർ അതിന്റെ രണ്ടറ്റത്തും ഊഞ്ഞാലാടി. 1977 ജനുവരി 11 ന് സീരളൻ മരിക്കുന്നത് വരെ യാതൊരുവിധ വൈദ്യസഹായവും അയാൾക്ക് ലഭ്യമാക്കിയിരുന്നില്ല. സീരളൻ ഒരു നക്സലൈറ്റ് ആയിരുന്നു എന്നും അറസ്റ്റ് ചെയ്യാൻ ചെന്നപ്പോൾ തങ്ങളെ ആക്രമിച്ചതുകൊണ്ട് സ്വയരക്ഷയ്ക്കായി കൊല്ലാൻ നിർബ്ബന്ധിതരായി എന്നും പൊലീസ് പുതിയൊരു കഥ പടച്ചുണ്ടാക്കി. പോസ്റ്റുമോർട്ടം നടത്തിയ തിരുപ്പത്തൂർ സബ് കളക്ടർ പൊലീസ് ക്രൂരതയിൽ അപലപിച്ചു. മൂന്ന് കോൺസ്റ്റബിൾമാർ, കാശിനാഥൻ, രാമസാമി, ശിവലിംഗം. ഇവർ മൂന്നു പേരും സീരളനെ മർദ്ദിച്ച് കൊലപ്പെടുത്തുകയും വിവരം മറച്ചുവയ്ക്കുകയും ചെയ്തതായി സബ് കളക്ടർ പറഞ്ഞു. ആയതിനാൽ ഇവർക്കെതിരെയും ഇതിന് പ്രേരിപ്പിച്ച ഇൻസ്പെക്ടർക്കും സൂപ്രണ്ടന്റിനും എതിരെയും നടപടി എടുക്കണമെന്നും ശുപാർശ ചെയ്തു. 1977 ഫെബ്രുവരി 6 ലെ ഈ റിപ്പോർട്ടിനുമേൽ യാതൊരു നടപടിയും എടുക്കുകയുണ്ടായില്ല. പിന്നീട് എസ് പി ശ്രീനിവാസനോട് — ഐ എ എസ് ഓഫീസറും റവന്യൂ ബോർഡ് അംഗവും — വിഷയം അന്വേഷിക്കാൻ ആവശ്യപ്പെട്ടു. സബ് കളക്ടറുടെ ഫെബ്രുവരിയിലെ റിപ്പോർട്ടിനെ സ്ഥിരീകരിക്കുന്നതായിരുന്നു അദ്ദേഹത്തിന്റെ റിപ്പോർട്ട് (1977). പൊലീസുകാർക്കെതിരെ ക്രിമിനൽ നടപടി എടുക്കണമെന്ന് ശ്രീനിവാസൻ ശുപാർശ ചെയ്തു. കേസ് പരിഗണിച്ചത് വെല്ലൂർ സെഷൻസ് ജഡ്ജായിരുന്നു. അദ്ദേഹം പൊലീസുകാർ സ്വയരക്ഷയ്ക്കായി ആക്രമിച്ചതാണെന്നും അതിന്റെ ഫലമായാണ് സീരളൻ കൊല്ലപ്പെട്ടതെന്നുമുള്ള വാദം അംഗീകരിച്ച് പൊലീസുകാരെ കുറ്റവിമുക്തരാക്കി. സീരളന്റെ അമ്മ ഭാഗിയം, ഇതിനെതിരെ ഒരു പുനഃപരിശോധനാ ഹർജി സമർപ്പിച്ചു. അതും തള്ളിപ്പോയി.

പിന്മാറാൻ തയ്യാറാകാതെ ഭാഗിയം 1984 ൽ രണ്ടാമത് ഒരു കേസു കൂടി ഫയൽ ചെയ്തു. കസ്റ്റഡി മർദ്ദനത്തിന് സ്റ്റേറ്റ് നഷ്ടപരിഹാരം നല്കണമെന്നാവശ്യപ്പെട്ടായിരുന്നു അത്. വീണ്ടും ഒരു പത്തുവർഷം കഴിഞ്ഞ് 1994 ലാണ് ആ കേസ് വിചാരണയ്ക്കെടുത്തത്. വാദം കേട്ട പി എസ് മിശ്ര, ക്രിമിനൽ കേസ് തള്ളിപ്പോയെങ്കിലും അത് നഷ്ടപരിഹാരം നല്കുന്നതിനെ നിരാകരിക്കാനുള്ള അടിസ്ഥാനമാവുകയില്ല എന്ന് വിധിച്ചു. കോടതി പറഞ്ഞു:

> ക്രിമിനൽ വിചാരണയിൽ പ്രതികൾ കുറ്റവിമുക്തരാക്കപ്പെട്ടത് ആരോപണത്തിന്റെ സത്യാവസ്ഥയിൽ കോടതിക്ക് തൃപ്തിയില്ലാത്തതുകൊണ്ടായിരുന്നില്ല. മറിച്ച് തങ്ങളുടെ കേസ് നിസ്സംശയം തെളിയിക്കുന്നതിൽ പ്രോസിക്യൂഷൻ വിജയിക്കാതിരുന്നതുകൊണ്ടാണ്. ഇക്കാരണത്താലാണ് ക്രിമിനൽ കോടതികളുടെ തീരുമാനം സിവിൽ കോടതികൾക്ക് ബാധകമാക്കാത്തത്.

തുടർന്ന് വിധി പ്രഖ്യാപിച്ചു:

കുറ്റാരോപിതൻ ശിക്ഷിക്കപ്പെട്ട സാഹചര്യത്തിൽ നഷ്ടപരിഹാരത്തിനുള്ള നടപടികൾ മുന്നോട്ട് നീങ്ങിയിട്ടില്ല. അത് മരണത്തെ ആസ്പദമാക്കിയുള്ളതാണ്. ആ മരണത്തിന് കാരണക്കാർ പൊലീസുകാർ ആണെന്നാണ് ആരോപിക്കപ്പെടുന്നത്. അത് അങ്ങനെയാകുന്ന പക്ഷം ഹർജിക്കാരിക്ക് നഷ്ടപരിഹാരം നല്കാൻ സ്റ്റേറ്റിന് ഉത്തരവാദിത്വമുണ്ട്.

ഐ എ എസ് ഓഫീസർ ശ്രീനിവാസന്റെ റിപ്പോർട്ടിൽ രേഖപ്പെടുത്തിയിരുന്ന സീരളന് നേരേ നടന്ന അതിക്രമങ്ങളും അദ്ദേഹത്തിന്റെ ശുപാർശകളുമാണ് ഈ ക്രിമിനൽ കേസിന് അടിസ്ഥാനമൊരുക്കിയതെന്ന് ജസ്റ്റിസ് മിശ്ര പറഞ്ഞു. നിയമപരമായും ധാർമ്മികമായും ഈ നഷ്ടപരിഹാരം നല്കാൻ സ്റ്റേറ്റിന് ബാദ്ധ്യതയുണ്ട്. ഒരു ലക്ഷം രൂപ നഷ്ടപരിഹാരമായി നല്കാനും തുക ബാങ്ക് അക്കൗണ്ടിൽ നിക്ഷേപിച്ച് മാസം ആയിരത്തിൽ കുറയാത്ത തുക പലിശയിനത്തിൽ ഭാഗിയത്തിന് ലഭ്യമാക്കാനും അദ്ദേഹം നിർദ്ദേശിച്ചു. [1]1994 ലാണ് ഇതു നടന്നത്. അപ്പോൾ അവർക്ക് പ്രായം അറുപത് വയസ്സ്. നഷ്ടപരിഹാരത്തുക വളരെ കുറവാണെന്നു കാണിച്ച് അവർ വീണ്ടും അപ്പീൽ പോയി. ചീഫ് ജസ്റ്റിസ് എ പി ഷായുടെ നേതൃത്വത്തിലുള്ള ബെഞ്ചിന് മുമ്പാകെ ഈ കേസ് എത്തി. 2006 ആഗസ്ത് 11 ന് ബെഞ്ച് വിധി പറഞ്ഞു. [2]ഭാഗിയത്തിന്റെ ഹർജിയിൽ ആവശ്യപ്പെട്ടിരുന്നത് ഒരു ലക്ഷം രൂപ നഷ്ടപരിഹാരമായിരുന്നതിനാൽ ജഡ്ജിമാർക്ക് അത് വർദ്ധിപ്പിക്കാൻ സാധിക്കുകയില്ല. എന്നാൽ 1994 ലെ ജസ്റ്റിസ് മിശ്രയുടെ വിധി സ്റ്റേറ്റ് നടപ്പിലാക്കിയിട്ടില്ലാത്തതിനാൽ പന്ത്രണ്ട് വർഷം താമസിച്ചതിനുള്ള പലിശ കൂടി, 2.2 ലക്ഷം അധികത്തുക, നല്കേണ്ടതുണ്ടെന്ന് അവർ പറഞ്ഞു. കഷ്ടപ്പാടുകളുടെയും പരീക്ഷണങ്ങളുടെയും നീണ്ട മുപ്പത് വർഷക്കാലത്തെ പോരാട്ടം ഒടുവിൽ ഫലം കണ്ടു. ആ അമ്മ വിജയിച്ചു.

റഫറൻസ്

1. Baggiam Doraiswamy vs. State of Tamil Nadu, 1994 (2) LW (Crl.) 687.
2. Baggiam Doraiswamy vs. State of Tamil Nadu, W.A.No. 1929 of 2005, dt.11.8.2006.

അസാൻ ബാനു

ഇന്നത്തെ ശ്രീലങ്കയിലെ അനുരാധപുരത്ത് ക്രിസ്തുവിനുമുമ്പ് മൂന്നാം നൂറ്റാണ്ടിലോ രണ്ടാം നൂറ്റാണ്ടിലോ ഭരണം നടത്തിയിരുന്ന, മനുനീതി ചോഴൻ എന്നുകൂടി അറിയപ്പെട്ടിരുന്ന എല്ലാലൻ രാജാവ് വളരെ പ്രശസ്തമായൊരു കഥാപാത്രമാണ്. തർക്കങ്ങൾ ന്യായമായി പരിഹരിക്കുന്നതിലുള്ള അദ്ദേഹത്തിന്റെ നൈപുണ്യമാണ് മിക്ക കഥകളുടെയും ഉള്ളടക്കം. ഒരിക്കൽ രാജാവിന്റെ പുത്രൻ തന്റെ കുഞ്ഞിനു മേൽ രഥം കയറ്റിയതിനെപ്പറ്റി സങ്കടം ബോധിപ്പിക്കാൻ അരൈചി മണി(രാജാവിന്റെ നീതിന്യായ മുറിക്ക് പുറത്തുവച്ചിട്ടുള്ള വലിയ മണി) മുഴക്കിയ പശുവിന്റെ പരാതിയിന്മേൽ നീതി നടപ്പാക്കിയ ഒരു കഥയും അദ്ദേഹത്തെപ്പറ്റി പറയുന്നവയിൽ ഉൾപ്പെടുന്നു. നമ്മുടെ രാജ്യം ഈ രാജാവിന്റെ ബഹുമാനാർത്ഥം അദ്ദേഹത്തിന്റെ പ്രതിമ ചെന്നൈയിലെ ഹൈക്കോടതി മുറ്റത്ത് സ്ഥാപിച്ചിട്ടുണ്ട്. ഇതേ രാജ്യത്ത്, നീതിതേടി കോടതിയെ സമീപിച്ചു എന്ന കുറ്റത്തിന് ഒരു സ്ത്രീയെ വേട്ടയാടിയ ഉദ്യോഗസ്ഥനോട് ക്ഷമിക്കാൻ കഴിയുമോ?

ഇത് അസാൻ ബാനുവിന്റെ കഥയാണ്.

അസാൻ ബാനുവിന്റെ ഭർത്താവ് മധുരൈ കോർപ്പറേഷനിലെ ഒരു ലാസ്റ്റ് ഗ്രേഡ് ജോലിക്കാരനായിരുന്നു. കോർപ്പറേഷന്റെ തന്നെ ഉടമസ്ഥതയിലുള്ള ഒരു വാടക കെട്ടിടത്തിലാണ് അവർ കുടുംബമൊത്ത് കഴിഞ്ഞിരുന്നത്. അദ്ദേഹത്തിന്റെ പെട്ടെന്നുള്ള മരണത്തെത്തുടർന്ന് ആശ്രിതനിയമനം വഴി അസാൻ ബാനുവിന് പാർക്ക് സെർവന്റായി ജോലി നല്കി. എന്നാൽ ഭർത്താവിന്റെ മരണത്തോടെ അവർ താമസിച്ചുവന്നിരുന്ന ഇടം ഒഴിഞ്ഞുകൊടുക്കാൻ കോർപ്പറേഷൻ അസാൻ ബാനുവിനോട് ആവശ്യപ്പെട്ടു. അസാൻ ബാനു ഹൈക്കോടതിയെ സമീപിക്കുകയും ഒഴിപ്പിക്കലിന് സ്റ്റേ വാങ്ങുകയും ചെയ്തു.

കോർപ്പറേഷന് എതിരായി കോടതിയിൽ പോകാനുള്ള അവരുടെ തന്റേടം അഡ്മിനിസ്ട്രേഷനെ ചൊടിപ്പിച്ചു. പ്രതികാരമെന്നോണം അവരെ ജോലിയിൽനിന്നും തല്ക്കാലത്തേക്ക് സസ്പെന്റ് ചെയ്യുകയും പത്ത് കുറ്റങ്ങൾ നിരത്തിക്കൊണ്ടുള്ള കാരണം കാണിക്കൽ നോട്ടീസ് നല്കുകയും ചെയ്തു. അതിലൊന്ന് നന്നേ വിചിത്രമായിരുന്നു: അത് ആരോപിക്കുന്നത് അവർ അനുവാദം ചോദിക്കാതെ കോടതിയിൽ പോയി എന്നാണ്. കമ്മീഷണറുടെ ഉത്തരവിനെ ചോദ്യം ചെയ്തു എന്നതായിരുന്നു മറ്റൊരു ആരോപണം.

ഇത്തവണ അസാൻ ബാനുവിന് ചെന്നൈവരെ പോകേണ്ട ആവശ്യം വന്നില്ല. ഇരുപത്തിയഞ്ച് വർഷങ്ങളുടെ ശ്രമത്തിനൊടുവിൽ, 2004 ജൂലായ് 24 ന് തമിഴ്നാടിന്റെ തെക്കൻ ജില്ലകളിലെ ജനങ്ങൾക്കു വേണ്ടി മധുരൈ ബെഞ്ച് ഉദ്ഘാടനം ചെയ്യപ്പെട്ടിരുന്നു. ഹൈക്കോടതി കമ്മീഷണർക്ക് മറുപടി നല്കാൻ ആവശ്യപ്പെട്ടുകൊണ്ട് നോട്ടീസ് അയച്ചു. കോർപ്പറേഷനുവേണ്ടി ഹാജരായ വക്കീൽ അവരുടെ നടപടികളെ ന്യായീകരിക്കുന്നതിൽ പരാജയപ്പെട്ടു.

അസാൻ ബാനുവിന് എതിരായി എടുത്തിട്ടുള്ള അച്ചടക്ക നടപടി ഭരണഘടന അനുശാസിക്കുന്ന മൗലിക അവകാശങ്ങളുടെ ലംഘനമാണെന്ന് കോടതി വിധിച്ചു. ഏതൊരു പ്രാദേശിക ഭരണസ്ഥാപനത്തിലെയും ജീവനക്കാർക്ക് അവരുടെ അവകാശം സ്ഥാപിച്ചെടുക്കാൻ കോടതിയെ സമീപിക്കാവുന്നതാണ്. അതിന് അനുമതിയുടെ ആവശ്യമില്ല. വിധിയിൽ ഇങ്ങനെ പറയുന്നു:

> കോടതിയെ സമീപിച്ച് പരാതിക്ക് പരിഹാരം തേടുക വഴി ഹർജിക്കാരി ചെയ്തിരിക്കുന്നത് ഭരണഘടനാപരമായ അവകാശങ്ങളെ പ്രവൃത്തിയിൽ കൊണ്ടുവരികയാണ്. അവർക്കെതിരെ, ഹൈക്കോടതിയെ സമീപിച്ചു തുടങ്ങിയ ആരോപണങ്ങൾ ഉന്നയിച്ചതിനും ഭീഷണിപ്പെടുത്തി അവരെ കീഴ്പ്പെടുത്താൻ ശ്രമിച്ചതിനും ഇതൊരു ന്യായമായി പറയാൻ എതിർകക്ഷിക്ക് സാധിക്കുന്നതല്ല. ഇത്തരം ആരോപണങ്ങൾ തയ്യാറാക്കിയ എതിർഭാഗത്തിന്റെ നടപടി കോടതി വളരെ ഗൗരവമായി തന്നെയാണ് നോക്കിക്കാണുന്നത്.

അതുകൂടാതെ കോർപ്പറേഷൻ നല്കിയ കാരണം കാണിക്കൽ നോട്ടീസ് നിയമ നടപടികൾക്ക് തടസ്സം നില്ക്കുന്നതാണെന്നും അക്കാരണത്താൽ കോടതിക്ക് കമ്മീഷണറെ കോടതിയലക്ഷ്യത്തിന് ശിക്ഷിക്കാവുന്നതാണെന്നും വിധിയിൽ പറയുന്നു. കോടതിയലക്ഷ്യത്തിന്റെ പേരിൽ കമ്മീഷണർക്ക് നേരേ വ്യക്തിഗത നടപടിയൊന്നും എടുത്തില്ലെങ്കിലും ഒരു ന്യായവുമില്ലാതെ ഒരു ലാസ്റ്റ് ഗ്രേഡ് ജീവനക്കാരിയെ ഭീഷണിപ്പെടുത്തുകയും പേടിപ്പിക്കുകയും ചെയ്തതിനും രണ്ടാം തവണയും കോടതിയെ സമീപിക്കേണ്ട അവസ്ഥ വരുത്തി അവർക്ക് ധനനഷ്ടമു

ണ്ടാക്കിയതിനും 5000 രൂപ കോടതി പിഴ ചുമത്തി.

സാധാരണ ഗതിയിൽ ഉന്നതരായവർ പിഴ ഒടുക്കേണ്ടതായി വരുമ്പോൾ പണം നല്കാൻ മടി കാണിക്കുകയോ പരാതിക്കാരെ ഭീഷണിപ്പെടുത്താൻ ശ്രമിക്കുകയോ ചെയ്യാറുള്ളതാണ്. വിധി പ്രകാരമുള്ള പണം നല്കിയിട്ടുണ്ടോ എന്ന് ഉറപ്പാക്കാനായി മൂന്നാഴ്ചയ്ക്ക് അപ്പുറം കോടതി ആരാഞ്ഞപ്പോൾ കോർപ്പറേഷന്റെ കൗൺസിൽ അറിയിച്ചത് കോർപ്പറേഷൻ അസാൻ ബാനുവിന് പണം നല്കാൻ ശ്രമിച്ചെന്നും എന്നാൽ അവരത് വാങ്ങാൻ കൂട്ടാക്കിയില്ല എന്നുമാണ്. അസാൻ ബാനുവിന്റെ പേരിൽ തയ്യാറാക്കിയ ഒരു ചെക്കും അവർ സമർപ്പിച്ചു. കോടതി അസാൻ ബാനുവിനോട് ഹാജരാകാൻ ആവശ്യപ്പെട്ടു. കുട്ടികളെയും കൂട്ടിയാണ് അവർ വന്നത്. അവരുടെ മുഖത്ത് ഭയം തെളിഞ്ഞുകാണാമായിരുന്നു. പണം സ്വീകരിച്ചാൽ കൂടുതൽ കുഴപ്പങ്ങൾ ഉണ്ടായേക്കുമെന്ന് അവർ ഭയന്നിരുന്നു.

വിജയിക്കുന്ന കക്ഷിക്ക് നല്കുന്ന നഷ്ടപരിഹാരമാണ് ആ തുകയെന്ന് കോടതി വിശദീകരിച്ചു. അങ്ങനെ ചെയ്താൽ മാത്രമേ ഓരോ പൗരനും ഭരണഘടന നല്കുന്ന അവകാശങ്ങളെ ബഹുമാനിക്കാൻ അധികാരികൾ മുതിരുകയുള്ളൂ. ഈ പണം ഉപയോഗിച്ച് അടുത്ത റംസാൻ പെരുന്നാളിന് കുട്ടികൾക്ക് പുതിയ ഉടുപ്പുകളും മധുരപലഹാരങ്ങളും വാങ്ങിക്കൊടുക്കൂ എന്നും കോടതി പറഞ്ഞു. അതോടെ അവർ അതിന് സമ്മതിച്ചു.

അന്നേ ദിവസം ഹൈക്കോടതിക്ക് മുകളിൽ പറക്കുന്ന ദേശീയ പതാകയ്ക്ക് ഒരു പ്രത്യേക പ്രതാപം വന്നതുപോലെ അനുഭവപ്പെട്ടു.

കോർപ്പറേഷനിലെ ഒരു ലാസ്റ്റ് ഗ്രേഡ് ജീവനക്കാരിയുടെ അവകാശങ്ങൾ സംരക്ഷിക്കാൻ കഴിഞ്ഞതിൽ കോടതി അഭിമാനിക്കുന്നതായി വിധിയിൽ പറയുന്നുണ്ട്. ഒപ്പം ഈ കേസ് മധുരൈ ബെഞ്ചിന്റെ സ്ഥാപനത്തെ സാധൂകരിച്ചതായും പറയുന്നു.

റഫറൻസ്

R Asan Banu vs. Commissioner, Corporation of Madurai, 2007 (4) MLJ 1207.

മാലതി

ഞാൻ അരിയും പച്ചക്കറികളും പാകം ചെയ്തു, അതിന്റെ പുക ജനാലയിലൂടെ പുറത്തേക്ക് ഒഴുകി.

എന്നാൽ ഞാനീ ഉമ്മറപ്പടിക്കപ്പുറം കടന്നാലവരെന്നെ ഭാഗ്യം കെട്ട വിധവയെന്നു വിളിക്കും.

ചോറ് വയ്ക്കാൻ എനിക്കൊരു അടുപ്പുണ്ട്. അതിന്റെ ചൂട് ജനാലയിലൂടെ പുറത്തേക്ക് പോകും.

എനിക്കെവിടെയാണ് പോകാനാവുക? ഗ്രഹപ്പിഴയുള്ള വിധവയാണ് ഞാനെന്നവർ പറയും.

ചെറുപ്പക്കാരിയായ ഒരു വിധവയുടെ വിലാപരൂപത്തിലുള്ള ഒരു നാടോടി ഗാനമാണിത്.

നമ്മുടെ നാട്ടിൽ വിധവകൾ നേരിടുന്ന അതിക്രമങ്ങൾക്ക് കൈയും കണക്കുമില്ല. ഒന്നോ രണ്ടോ നൂറ്റാണ്ടുകളുടെ പഴക്കമൊന്നുമല്ല ഈ പ്രതിഭാസത്തിനുള്ളത്. തമിഴരുടെ സുവർണ്ണകാലമായി കരുതപ്പെടുന്ന സംഘകാലം (ബി സി മൂന്നാം നൂറ്റാണ്ട് മുതൽ സി ഇ മൂന്നാം നൂറ്റാണ്ട് വരെ) മുതൽതന്നെ ഭർത്താവ് മരണപ്പെട്ട സ്ത്രീകളോട് സമൂഹം ക്രൂരമായാണ് പെരുമാറിയിരുന്നത്.

പുറനാനൂറ് എന്ന പൗരാണിക തമിഴ് ഗ്രന്ഥത്തിൽ കവി ആവൂർ മൂലങ്കിഴാർ നായക ഗൃഹത്തിന്റെ ക്ഷേമത്തിന് കോട്ടം വന്നതിനെ

വൈധവ്യംമൂലം തല മുണ്ഡനം ചെയ്യുക വഴിയും ആഭരണങ്ങൾ ഉപേക്ഷിക്കുക വഴിയും സൗന്ദര്യം നശിച്ച സ്ത്രീയോട് ഉപമിച്ചിരിക്കുന്നു (206).

*പുറനാനൂറിൽ*ത്തന്നെ മറ്റൊരു കവി തായങ്കണ്ണിയർ (to be verified) അടുത്തിടെ വൈധവ്യം വന്നുഭവിച്ച് തല മൊട്ടയടിക്കുകയും വളകൾ ഉപേക്ഷിക്കുകയും ചെയ്യേണ്ടിവരുന്ന സ്ത്രീയുടെ ദൈന്യാവസ്ഥ വിവരിക്കുന്നുണ്ട് (250).

വിധവകൾ എന്തൊക്കെ ചെയ്യണമെന്നും എന്തൊക്കെ ചെയ്തുകൂടെന്നും നിഷ്കർഷിക്കുന്ന നിയമങ്ങൾ മനുശാസ്ത്രം നിരത്തുന്നുണ്ട്:

> 5.157 അവളുടെ ഇഷ്ടപ്രകാരം പരിശുദ്ധമായ പുഷ്പങ്ങളാലും വേരുകളാലും പഴങ്ങളാലും ശരീരം ഒതുക്കി നിർത്തിക്കോട്ടെ. എന്നാൽ ഭർത്താവിന്റെ മരണശേഷം മറ്റൊരു പുരുഷന്റെ പേര് ഉച്ഛരിക്കാൻ പോലും പാടുള്ളതല്ല.
>
> 5.158 മരണം വരെ അവൾ ക്ഷമിക്കുകയും (യാതനകളോട്) സ്വയം നിയന്ത്രിക്കുകയും നിർമ്മലയായിരിക്കുകയും പതിവ്രതകളായ ഭാര്യമാരുടെ കർത്തവ്യങ്ങൾ പൂർത്തിയാക്കാൻ പരിശ്രമിക്കുകയും ചെയ്യട്ടെ.
>
> 5.164 ഭർത്താവിനോടുള്ള കടമകളിൽ പിഴവ് വരുത്തുന്ന പക്ഷം ഭാര്യക്ക് ഈ ലോകത്തിൽ ദുഷ്കീർത്തി വന്നുഭവിക്കുന്നു. മരണശേഷം അവൾ നരിയുടെ ഉദരത്തിലെത്തുകയും പാപത്തിന്റെ ഫലമായി നിരന്തര പീഡകൾക്ക് വിധേയയാവുകയും ചെയ്യും.

മറാത്തി എഴുത്തുകാരിയായ താര ബായി ഷിൻഡെ (1850–1910) തന്റെ *സ്ത്രീ പുരുഷ് തുലന* എന്ന പുസ്തകത്തിൽ സ്ത്രീകൾക്കുനേരേ നടക്കുന്ന ക്രൂരതകൾ അക്കമിട്ട് പറയുന്നുണ്ട്. ശാസ്ത്രങ്ങളും അവയുടെ നിയമങ്ങളുംഎന്തിനാണ് പൊതു പെരുമാറ്റച്ചട്ടങ്ങൾക്ക് ആനുപാതികമായല്ലാതെ അധിക ദുരിതം സ്ത്രീകൾക്കുമേൽ ചുമത്തുന്നത് എന്നവർ ചോദിക്കുന്നു. വിധവ കഴിച്ച ഭക്ഷണം പട്ടിപോലും തൊട്ടില്ല എന്നുള്ള പ്രയോഗങ്ങൾ എത്രമാത്രം വേദനാജനകമാണെന്നും അവർ പറയുന്നു.

പത്തൊമ്പതാം നൂറ്റാണ്ടിൽ, സ്വാതന്ത്ര്യ സമരകാലത്തിനും മുമ്പു തന്നെ ധാരാളം സാമൂഹ്യ പരിഷ്കർത്താക്കൾ സമൂഹത്തിൽ ഉയർന്നുവന്നിരുന്നു. വിധവകളോടുള്ള അന്യായങ്ങൾ ഹിന്ദു സമൂഹം അവസാനിപ്പിക്കണമെന്ന് അവരെല്ലാം ആവശ്യപ്പെട്ടു. ബംഗാളിൽ നിന്നുള്ള പണ്ഡിറ്റ് ഈശ്വർ ചന്ദ്ര വിദ്യാസാഗർ, ദക്ഷിണേന്ത്യയിൽ നിന്നുള്ള വിരേ

ശലിംഗം പണ്ടുലു, മഹാരാഷ്ട്രയിൽനിന്നുള്ള ജസ്റ്റിസ് മഹാദേവ് ഗോവിന്ദ് രാണ്ടേ, ഉത്തരേന്ത്യയിൽ നിന്നുള്ള ദയാനന്ദ് സരസ്വതി എന്നിവർ അക്കൂട്ടത്തിൽ ചിലരാണ്. അവർ വിധവകളുടെ പുനർവിവാഹം ശുപാർശ ചെയ്തു.

സ്വാതന്ത്ര്യാനന്തരം തയ്യാറാക്കപ്പെട്ട ഭരണഘടനയുടെ ആർട്ടിക്കിൾ 39-A വ്യക്തമായി പറയുന്നുണ്ട്, ലിംഗഭേദമില്ലാതെ എല്ലാ ഇന്ത്യൻ പൗരന്മാരുടെയും മതിയായ ഉപജീവനം ഉറപ്പ് വരുത്തുക സ്റ്റേറ്റിന്റെ ബാദ്ധ്യതയാണ് എന്ന്. ഇന്ദിരാ ഗാന്ധി അധികാരത്തിൽ വന്നതിനുശേഷം 1976 ൽ ഭരണഘടനയിൽ ഭേദഗതി വരുത്തി മൗലിക കടമകൾ കൂട്ടിച്ചേർത്തു. സ്ത്രീകളുടെ അന്തസ്സിന് കോട്ടംതട്ടുന്ന എല്ലാത്തരം ആചാരങ്ങളും ഉപേക്ഷിക്കണമെന്ന് ആർട്ടിക്കിൾ 51-A(c) വ്യക്തമായി പറയുന്നുണ്ട്.

എന്നാൽ അസിസ്റ്റന്റ് ഇൻസ്പെക്ടർ മാലതി സമർപ്പിച്ച കേസ് നോക്കിയാൽ ഇരുപത്തിയൊന്നാം നൂറ്റാണ്ടിലും വിധവകൾക്ക് നേരേയുള്ള നമ്മുടെ കാഴ്ചപ്പാടിൽ വലിയ മാറ്റമൊന്നും വന്നിട്ടില്ലെന്ന് മനസ്സിലാക്കാവുന്നതേയുള്ളൂ. 1977 ജൂലായ് 1 ന് മാലതി ഫസ്റ്റ് ഗ്രേഡ് കോൺസ്റ്റബിളായി നിയമിക്കപ്പെട്ടു. 1986 ൽ ഹെഡ് കോൺസ്റ്റബിളായി സ്ഥാനക്കയറ്റം കിട്ടി. 1994 ൽ അസിസ്റ്റന്റ് ഇൻസ്പെക്ടറായി. 2005 ജൂണിൽ അവർ മെഡിക്കൽ ലീവിൽ പ്രവേശിച്ചു. അറുപത് ദിവസത്തിൽ കൂടുതൽ അവധി ആവശ്യപ്പെട്ടിരുന്നതുകൊണ്ട് അവരെ പരിശോധനയ്ക്കായി മെഡിക്കൽ ബോർഡിലേക്ക് അയച്ചു. പരിശോധനയ്ക്കുശേഷം ബോർഡ് 2005 ഡിസംബർ 22 വരെ അവർക്ക് അവധി അനുവദിച്ചു. എന്നാൽ ആ സമയത്ത് അവർക്ക് ജോലിയിൽ തിരികെ പ്രവേശിക്കാൻ സാധിച്ചില്ല. ഭർത്താവ് ഗുരുതരമായ ഹൃദയാഘാതത്തെത്തുടർന്ന് വെല്ലൂർ ആശുപത്രിയിൽ ചികിത്സയിൽ ആയിരുന്നതിനാൽ കുറച്ചുകാലത്തേക്ക് കൂടി അവധിക്ക് അപേക്ഷ വച്ചു. എന്നാൽ 2006 ഫെബ്രുവരി 21 ന് മാലതിയുടെ ഭർത്താവ് മരണപ്പെട്ടു. വിധവ എന്ന നിലയിൽ ആചാരപ്രകാരം അവർക്ക് പുറംലോകവുമായുള്ള ബന്ധം നിഷേധിക്കപ്പെട്ടു. മാലതിയുടെ ഭർത്താവിന്റെ മരണവിവരം അറിഞ്ഞെങ്കിലും പൊലീസ് വകുപ്പ് അവർ ജോലി ഉപേക്ഷിച്ച് പോയതായി പ്രഖ്യാപിച്ച് അവരെ സർവ്വീസിൽനിന്നും പുറത്താക്കി. ഭർത്താവ് ദീർഘനാളത്തെ ചികിത്സയ്ക്കുശേഷം മരണപ്പെട്ടുവെന്നും ബ്രാഹ്മണ വിഭാഗത്തിൽ പെടുന്നതിനാൽ ആചാരമനുസരിച്ച് പുറംലോകവുമായുള്ള ബന്ധങ്ങൾക്ക് തടസ്സമുണ്ടായിരുന്നുവെന്നും അതിനാലാണ് സമയത്ത് ജോലിയിൽ തിരികെ പ്രവേശിക്കാൻ കഴിയാതെ പോയതെന്നും കാണിച്ച് അവർ വകുപ്പ് മേധാവിക്ക് ഒരു പുനഃപരി

ശോധനാ ഹർജി സമർപ്പിച്ചു. എന്നാലത് പരിഗണിക്കുകപോലും ചെയ്യാതെ പൊലീസ് വകുപ്പ് ശിക്ഷയെ നിർബ്ബന്ധിത വിരമിക്കലാക്കി മാറ്റി ഫയൽ അവസാനിപ്പിച്ചു.

ഭർത്താവും ജോലിയും നഷ്ടപ്പെട്ടെങ്കിലും മാലതി ധൈര്യം വിടാതെ നീതിയുടെ വാതിലിൽ മുട്ടാൻ തീരുമാനിച്ചു. ഹൈക്കോടതി കേസ് ഫയലിൽ സ്വീകരിച്ചു. ബന്ധപ്പെട്ട രേഖകൾ വരുത്തി പരിശോധിച്ചു. അന്വേഷണത്തിനായി നിശ്ചയിച്ചിരുന്ന ദിവസം ഹാജരാകാൻ കഴിയാതിരുന്നതിനുള്ള അവരുടെ കാരണങ്ങൾ വകുപ്പ് പരിഗണിച്ചില്ലെന്നു മാത്രമല്ല ഭർത്താവിന്റെ മരണം സംബന്ധിച്ച കാര്യങ്ങൾ വ്യക്തമാക്കുന്ന അവരുടെ വിശദീകരണവും പരിഗണിക്കപ്പെട്ടില്ല എന്ന് കോടതി ചൂണ്ടിക്കാട്ടി. ഭർത്താവിന്റെ മരണത്തിൽ അനുശോചനം രേഖപ്പെടുത്തിയ കോടതി, അധികാരികൾക്ക് എങ്ങനെയാണ് വിധവകളെ സംബന്ധിക്കുന്ന ഇത്തരം പരമ്പരാഗതവും മതപരവുമായ ആചാരങ്ങളെ കണ്ടില്ലെന്ന് നടിക്കാൻ കഴിഞ്ഞതെന്ന് അമ്പരപ്പ് പ്രകടിപ്പിക്കുകയും ചെയ്തു. സ്ത്രീകളുടെ അന്തസ്സിന് കോട്ടംതട്ടുന്ന ആചാരങ്ങൾ അവസാനിപ്പിക്കണമെന്ന് ഭരണഘടനയിലെ മൗലിക കടമകൾ നമ്മോട് ആവശ്യപ്പെടുന്നുണ്ടെങ്കിലും സമൂഹത്തിന് ഇപ്പോഴും ഒരു മാറ്റവും വരാത്തതിലുള്ള ഖേദം കോടതി പ്രകടിപ്പിക്കുകയും ചെയ്തു. ഹിന്ദു വിധവകളെ സംബന്ധിക്കുന്ന ക്രൂരമായ സാമൂഹ്യ ചരിത്രവും കോടതി രേഖപ്പെടുത്തി:

> ഹർജിക്കാരിയുടെ വിഷമാവസ്ഥയെ കാലാകാലങ്ങളായി വിധവകൾക്കുമേൽ അടിച്ചേല്പിക്കപ്പെട്ടിട്ടുള്ള സാമൂഹിക മാറ്റിനിർത്തലിന്റെയും അവർ പിന്തുടരാൻ നിർബ്ബന്ധിതരായിട്ടുള്ള ആചാരപരമായ നിയമങ്ങളുടെയും ചരിത്രത്തിന്റെ പശ്ചാത്തലത്തിൽ നോക്കിക്കാണേണ്ടതുണ്ട്... ഹർജിക്കാരി സമർപ്പിച്ചിട്ടുള്ള വിശദീകരണം പരിഗണിക്കാതെ തള്ളാൻ അധികാരികൾക്ക് കഴിയുകയില്ല. ഒന്നാം എതിർകക്ഷിക്ക് സൗമനസ്യം കാണിക്കണമെന്നുണ്ടായിരുന്നെങ്കിൽ അവരുടെ അസാന്നിദ്ധ്യത്തിനുള്ള കാരണം പരിശോധിക്കുമായിരുന്നു. യാന്ത്രികമായ ഉത്തരവ് ഇറക്കാൻ മുതിരുകയുമില്ല.

വിധിന്യായത്തിൽ, മാലതി സമയത്ത് ഡ്യൂട്ടിയിൽ റിപ്പോർട്ട് ചെയ്തില്ല എന്നത് വീഴ്ച തന്നെയാണെങ്കിലും വീഴ്ചയ്ക്ക് ആനുപാതികമായ ഒരു ശിക്ഷയാണ് വകുപ്പ് നല്കേണ്ടിയിരുന്നത്, അല്ലാതെ ഒട്ടും ആനുപാതികമല്ലാത്ത കഠിനമായ ശിക്ഷയല്ല എന്നു പറയുന്നുണ്ട്. പൊലീസ് വകുപ്പിന്റെ നടപടികളെ നിശിതമായി വിമർശിച്ച കോടതി എത്രയും വേഗം

മാലതിയെ ജോലിയിൽ തിരികെ പ്രവേശിപ്പിക്കാനും ഉത്തരവിട്ടു. വകുപ്പ് ഉടനടി തന്നെ ഉത്തരവ് നടപ്പാക്കി.

ഭർത്താവിനെ നഷ്ടപ്പെട്ടതിന് ശേഷവും നീതിക്കുവേണ്ടി പോരാടാൻ മാലതി കാണിച്ച ധൈര്യം തീർച്ചയായും മറ്റു സ്ത്രീകൾക്കും ഒരു പ്രചോദനമാകും.

റഫറൻസ്:

R Malathy vs. Director General of Police, Tamil Nadu, 2011 (5) CTC 829.

അമ്മ, കുട്ടികളെ വളർത്തൽ, മാതൃത്വം

അമുദ

***നി**ങ്ങളുടെ കുട്ടികൾ നിങ്ങളുടേതല്ല.*
ജീവിതത്തിന്, സ്വന്തം നിലനില്പിനോടുള്ള പ്രണയത്തിൽനിന്ന് ജനിച്ച കുട്ടികളാണവർ.
നിങ്ങളിലൂടെയെങ്കിലും അവർ വരുന്നത് നിങ്ങളിൽ നിന്നല്ല.
നിങ്ങളോടൊപ്പമാണെങ്കിലും അവർ നിങ്ങൾക്ക് സ്വന്തമല്ല.
അവർക്ക് നിങ്ങളുടെ സ്നേഹം നല്കാം; പക്ഷേ, നിങ്ങളുടെ ചിന്തകൾ അരുത്
എന്തെന്നാൽ അവർക്ക് അവരുടേതായ ചിന്തകളുണ്ട്
അവരുടെ ശരീരങ്ങൾ സൂക്ഷിക്കാൻ നിങ്ങൾക്ക് വീടുകളൊരുക്കാം.
പക്ഷേ, അവരുടെ ആത്മാക്കളെ നിങ്ങൾക്ക് കൂട്ടിലൊതുക്കാനാവില്ല
എന്തെന്നാൽ നിങ്ങൾക്ക് സ്വപ്നത്തിൽപോലും അപ്രാപ്യമായ ഭാവിയുടെ ഭവനങ്ങളിലാണ് അവരുടെ ആത്മാക്കൾ വസിക്കുന്നത്.
അവരെപ്പോലെയാകാൻ നിങ്ങൾക്ക് ശ്രമിക്കാം; എന്നാലൊരിക്കലും അവർ നിങ്ങളെപ്പോലെയാകാൻ ആഗ്രഹിക്കരുത്. എന്തെന്നാൽ ജീവിതം ഒരിക്കലും പുറകിലേക്ക് പറക്കുന്നില്ല.
നിങ്ങൾ വില്ലാണെങ്കിൽ അതിൽനിന്നും ലക്ഷ്യസ്ഥാനത്തേക്ക് കുതിക്കുന്ന അമ്പുകളാണ് കുട്ടികൾ.
വില്ലിന് ഉറപ്പുണ്ടെങ്കിലേ അമ്പുകൾ ലക്ഷ്യംകാണൂ.
അതിനായി നിറഞ്ഞ ഹൃദയത്തോടെ നിന്നുകൊടുക്കുക.

ഹൈക്കോടതി മുമ്പാകെ എത്തിയ ഒരു കേസിൽ ഖലീൽ ജിബ്രാന്റെ ഈ കവിത ഉദ്ധരിച്ചിരുന്നു. ക്രിമിനൽ കേസുകളിൽ കുട്ടികളെ സാക്ഷികളായി വിസ്തരിക്കാൻ പാടുണ്ടോ ഇല്ലയോ എന്നത് പല കേസുകളിലും ഉയർന്നുവരുന്ന ചോദ്യമാണ്. അവർക്ക് സൗകര്യപ്രദമായ അന്തരീക്ഷമൊരുക്കാൻ സാധിക്കുന്നപക്ഷം പ്രായപൂർത്തിയാകാത്തവരിൽ നിന്ന് തെളിവുകൾ ശേഖരിക്കാവുന്നതാണെന്ന് സുപ്രീം കോടതി പറഞ്ഞിട്ടുണ്ട്. ഒരു വിവാഹമോചന കേസിലാണ് അമുദ ഈ ചോദ്യം ഉന്നയിച്ചത്. അച്ഛനമ്മമാരിൽ ആർക്കെങ്കിലും അനുകൂലമായി പ്രായപൂർത്തിയാകാത്ത കുട്ടിയിൽനിന്നും തെളിവുകൾ ശേഖരിക്കാൻ സാധിക്കുമോ എന്നതായിരുന്നു ചോദ്യം. 2005 ൽ വിവാഹമോചനം ആവശ്യപ്പെട്ടുകൊണ്ട് അമുദയുടെ ഭർത്താവ് ഈറോഡ് സബ് കോടതിയിൽ അവർക്കെതിരെ ഒരു കേസ് ഫയൽ ചെയ്തു. ഭാര്യ തന്നെ ഉപേക്ഷിച്ചു പോയെന്നാണ് അയാളുടെ പക്ഷം. പത്ത് വയസ്സുകാരനായ മകൻ അരവിന്ദ് അമ്മയ്ക്കെതിരായി മൊഴികൊടുക്കണമെന്നാണ് അയാളുടെ ആവശ്യം. കുട്ടിയുടെ സാക്ഷ്യം വാദിഭാഗം ഒന്നാം സാക്ഷി എന്ന നിലയിൽ സിവിൽ നടപടിക്രമം അനുസരിച്ചാണ് രേഖപ്പെടുത്തിയത് (പ്രായപൂർത്തിയാകാത്ത – പതിനെട്ട് വയസ്സിന് താഴെയുള്ളവർ – ഒരാൾ സത്യവാങ്മൂലം നല്കുന്നത് നിയമം അനുവദിക്കുന്നില്ല). തന്റെ മകൻ സാക്ഷിക്കൂട്ടിൽ എത്തിയപ്പോൾ അവനെ ക്രോസ് വിസ്താരം ചെയ്യാൻ അമുദ വിസമ്മതിച്ചു. അവന്റെ സാക്ഷ്യം പരിഗണിക്കരുതെന്ന് ആവശ്യപ്പെടുകയും ചെയ്തു. എന്നാൽ കുട്ടിയുടെ സാക്ഷ്യം രേഖപ്പെടുത്തുന്നതിൽ നിയമതടസ്സം ഒന്നുമില്ലെന്ന് ലേൺഡ് സബ്-ജഡ്ജി പറഞ്ഞു. കുട്ടിയുടെ മാനസികശേഷിയിൽ താൻ സംതൃപ്തനാണെന്ന് പറഞ്ഞുകൊണ്ട് ജഡ്ജി അമുദയുടെ എതിർപ്പ് തള്ളിക്കളഞ്ഞു. ഇതിനെതിരെ അമുദ ഹൈക്കോടതിയിൽ കേസ് ഫയൽ ചെയ്തു.

കുട്ടികളെ സാക്ഷികളാക്കുന്നത് നിയമം തടയുന്നില്ലെങ്കിലും വിവാഹമോചനം പോലുള്ള കേസുകളിൽ അത് വേണോ വേണ്ടയോ എന്നത് വളരെ വിഷമം പിടിച്ചൊരു ചോദ്യമാണ്. പ്രത്യേകിച്ച് കുട്ടിക്ക് അച്ഛനേയോ അമ്മയേയോ ആരെങ്കിലും ഒരാളെ എന്നെന്നേക്കുമായി നഷ്ടപ്പെടാൻ ഇടയുള്ള സാഹചര്യത്തിൽ. അതിനാൽ കുട്ടിയുടെ മൊഴി പരിഗണിക്കേണ്ടതില്ലെന്ന് ഹൈക്കോടതി വിധിച്ചു.

> ഒരു സ്ഥീരീകരണ പ്രസ്താവനയിൽ ഒപ്പിടാനുള്ള ഒരാളുടെ ശേഷി, പ്രത്യേകിച്ച് അതൊരു കുട്ടിയായിരിക്കുമ്പോൾ... ഒരു കുട്ടിക്ക് സ്ഥിരീകണത്തിൽ ഒപ്പു വയ്ക്കാനുള്ള പക്വത ഇല്ലാത്തതിനാൽ അത് അനുവദിക്കാവുന്നതല്ല. ജനറൽ ക്ലോസസ് ആക്ട് വകുപ്പ് 3(3) സത്യവാങ്മൂലത്തെ നിർവ്വചിക്കുന്നത് ഇങ്ങനെയാണ്: 'Affidavit shall include affirmation and declaration in the case of person by law allowed to affirm or declare instead of swearing.'

ഈ കേസിൽ അരവിന്ദ് താമസിച്ചിരുന്നത് അച്ഛനൊപ്പമായിരുന്നു എന്നതുകൊണ്ട് കുട്ടിയെ അയാൾ സ്വാധീനിച്ചിട്ടുണ്ടോയെന്നും പറഞ്ഞ് പഠിപ്പിച്ചിട്ടുണ്ടോയെന്നും കണ്ടെത്താൻ പ്രയാസമാണ്. അങ്ങനെയൊരു സാഹചര്യത്തിൽ കുട്ടിക്ക് സത്യവാങ്മൂലം നല്കാൻ അർഹതയില്ല. നിയമ പ്രകാരം പതിനെട്ട് വയസ്സ് കഴിഞ്ഞവർക്ക് മാത്രമാണ് സത്യവാങ്മൂലം നല്കാൻ അർഹതയുള്ളത്. അരവിന്ദിന്റെ പേരിൽ സമർപ്പിച്ച സത്യവാങ്മൂലത്തിൽ ആ കുട്ടിയുടെ ജനനത്തിനും മുമ്പുള്ള കാര്യങ്ങൾ വരെ ഉൾപ്പെടുത്തിയിരുന്നു. കുട്ടി അച്ഛന്റെ നിയന്ത്രണത്തിലാണ് പ്രവർത്തിക്കുന്നതെന്ന സംശയത്തെ ബലപ്പെടുത്തുന്നതായിരുന്നു ഇത്. കോടതി പറഞ്ഞു:

> തന്റെ പിതാവ് വിവാഹമോചനത്തിനുള്ള അപേക്ഷയാണ് നല്കുന്നതെന്ന് കുട്ടിക്ക് വ്യക്തമായി അറിയാമെന്ന് സത്യവാങ്മൂലം തന്നെ വ്യക്തമാക്കുന്നുണ്ട്. മാത്രമല്ല അതിൽ ഉപയോഗിച്ചിരുന്ന ഭാഷകൾ പലതും ഒരു കുട്ടിയിൽനിന്ന് പ്രതീക്ഷിക്കാൻ കഴിയാത്തത്രയും നിയമ സ്വഭാവമുള്ളതായിരുന്നു. വിസ്താര സമയത്ത് കുട്ടിയുടെ (11 വയസ്സ്) മാനസികശേഷി വിചാരണക്കോടതി ഉറപ്പ് വരുത്തിയിരുന്നു എന്ന വസ്തുത പ്രതിഭാഗത്തിന്റെ കേസിന് കൂടുതൽ സഹായകമാവുകയില്ല.

അതുകൊണ്ട് ഹൈക്കോടതി സബ് കോടതിയുടെ വിധി മാറ്റി വയ്ക്കുകയും അരവിന്ദിന്റെ മൊഴി ഉൾപ്പെടുത്താതെ കേസ് തുടരാൻ കോടതിയോട് ആവശ്യപ്പെടുകയും ചെയ്തു. അച്ഛനമ്മമാരാണ് കുട്ടിക്ക് ജന്മം നല്കുന്നതെങ്കിലും കുട്ടിക്കു മേൽ അവർക്ക് ആധിപത്യമൊന്നുമില്ലെന്ന് ഊന്നിപ്പറയാൻ വേണ്ടിയാണ് കോടതി ഖലീൽ ജിബ്രാന്റെ തുടക്കത്തിൽ സൂചിപ്പിച്ച കവിത ഉദ്ധരിച്ചത്. കേസിൽ അമുദ പരാജയപ്പെട്ടു. കുട്ടിയെ കാണാൻ അവർക്ക് അനുവാദം കിട്ടിയില്ല. ഒരേ നഗരത്തിൽ താമസിക്കുന്നതുകൊണ്ട് കുഞ്ഞ് വളർന്ന് വലുതാകുന്നതുകണ്ട് സംതൃപ്തിപ്പെടാം. അതായിരുന്നു അവരുടെ ആശ്വാസം, അതുതന്നെയായിരുന്നു അവരുടെ ഹൃദയവേദനയും.

റഫറൻസ്

S Amutha vs. C Manivanna Bhupathy, 2007 (1) MLJ 916 = 2007 (2) CTC 97.

കലൈസെൽവി

അമ്മയാകാൻ ഒരാൾക്ക് പ്രസവിക്കണമെന്നുണ്ടോ? നിർബ്ബന്ധമില്ല. ഒരു കുഞ്ഞിനെ ദത്തെടുക്കുന്ന ആൾക്കും അതേ സ്ഥാനം തന്നെയാണ്. ഇന്ത്യയിലെ ദത്തെടുക്കൽ നിയമം പറയുന്നത് അങ്ങനെയാണ്. തലമുറ കുറ്റിയറ്റ് പോകാതിരിക്കാനും കുടുംബസ്വത്ത് അന്യാധീനപ്പെടാതിരിക്കാനുമായി ഹിന്ദു മതം ദത്തെടുക്കൽ അനുവദിക്കുന്നുണ്ട്. 1956 ലെ നിയമം പ്രാബല്യത്തിൽ വരുന്നതിനുമുമ്പ് ഇന്ത്യ ബ്രിട്ടീഷ് ഭരണത്തിന് കീഴിലായിരിക്കുമ്പോൾ 1890 ലെ ഗാർഡിയൻസ് ആന്റ് വാർഡ്സ് ആക്ട് ആയിരുന്നു ഉണ്ടായിരുന്നത്. അപേക്ഷിക്കുന്ന പക്ഷം, ഭൂസ്വത്തിന്റെ അവകാശികളായ പ്രായപൂർത്തിയാകാത്ത കുട്ടികളുടെ രക്ഷകർത്താവായി വിധവകളെ നിയമിച്ചിരുന്നു. ഹിന്ദു നിയമ പ്രകാരം വിധവകൾക്ക് ദത്തെടുക്കൽ അനുവദിച്ചെങ്കിലും ഇന്ത്യക്കാരുടെ പാരമ്പര്യ സ്വത്തവകാശത്തെ നിഷേധിച്ചുകൊണ്ട് കൊളോണിയൽ ഭരണാധികാരി രാഷ്ട്രീയ നീക്കം നടത്തി. ഈ നിയമപ്രകാരം ഹിന്ദുക്കൾക്ക്, കുട്ടിയുടെ സ്വന്തം മാതാപിതാക്കളുടെയും കുട്ടി അനാഥ/അനാഥനാണെങ്കിൽ കോടതി നിയമിച്ചിട്ടുള്ള രക്ഷകർത്താവിന്റെയും അനുവാദത്തോടെ ദത്തെടുക്കാൻ അനുവാദം നല്കി. ക്രിസ്ത്യൻ ദമ്പതികൾക്കും കുട്ടികളെ ദത്തെടുക്കാം എന്ന് 2009 ൽ മദ്രാസ് ഹൈക്കോതി ഉത്തരവിട്ടു. ജുവനൈൽ ജസ്റ്റിസ് ആക്ട്, 2000 ത്തിലെ 41-ാം വകുപ്പ് ജാതിമത ഭേദമില്ലാതെ ദത്തെടുക്കൽ അനുവദിക്കുന്നതാണ്. ഒരുപക്ഷേ, ആർക്കെങ്കിലും കുട്ടികൾ ഉണ്ടാവുകയില്ലെങ്കിൽ, അവർക്ക് ദത്തെടുക്കാൻ താല്പര്യമില്ലെങ്കിൽ വാടക ഗർഭപാത്രത്തിലൂടെ (സരോഗസി) കുട്ടിയെ സ്വന്തമാക്കാവുന്നതാണ്. 2018 ഡിസംബർ 19 നാണ് സരോഗസി റഗുലേഷൻ ബിൽ, 2016 പാസാക്കുന്നത്. അതുപ്രകാരം പണത്തിനുവേണ്ടിയുള്ള സ

രോഗസി നിയമവിരുദ്ധമായി പ്രഖ്യാപിച്ചു. പരോപകാരം എന്ന നിലയിൽ കുടുംബത്തിൽനിന്നു തന്നെയുള്ള സരോഗസി അനുവദനീയമാണ്. എന്നാൽ ഒരു സ്ത്രീക്ക് ജീവിതകാലത്തിൽ ഒരേ ഒരുതവണ മാത്രമേ സരോഗേറ്റ് ആകാൻ അനുവാദമുള്ളൂ. ബീജസങ്കലനം നടത്തിയ അണ്ഡം സരോഗേറ്റ് മാതാവിന്റെ ഗർഭപാത്രത്തിൽ നിക്ഷേപിക്കും. കുട്ടി ജനിച്ചു കഴിഞ്ഞാൽ അതിന്റെ അവകാശം കുട്ടികളില്ലാത്ത ദമ്പതികൾക്കായിരിക്കും (സ്വവർഗ്ഗാനുരാഗികളും വിവാഹം കഴിക്കാതെ ഒന്നിച്ച് താമസിക്കുന്ന ദമ്പതികളും സിംഗിൾ പാരന്റും ഈ നിയമത്തിന്റെ പരിധിയിൽ വരുന്നതല്ല). പാശ്ചാത്യ രാജ്യങ്ങളിൽ സരോഗേറ്റ് കുട്ടികളുടെ നിയമപരമായ സ്വത്വവും പദവിയും സംബന്ധിച്ച് നിരവധി നിയമങ്ങളും തീരുമാനങ്ങളും നിലവിലുണ്ട്. എന്നാൽ നമ്മുടെ പാർലമെന്റ് സരോഗസിയിലൂടെ ജനിക്കുന്ന കുട്ടികളുടെ അവകാശങ്ങളെ സംബന്ധിച്ച് വ്യക്തമായ ഒരു നിയമം ഉണ്ടാക്കാൻ മുന്നോട്ട് വന്നിട്ടില്ല. കുട്ടിയുടെ പാരമ്പര്യ സ്വത്തവകാശത്തെയും പ്രസവിച്ച അമ്മയുടെ സ്വത്വത്തെയും സംബന്ധിച്ച് നിയമപരമായ വ്യക്തത ഇല്ലാത്തതിനാൽ സാമൂഹികമായി പലതരം സങ്കീർണ്ണതകൾ ഇപ്പോൾ നിലനില്ക്കുന്നുണ്ട്.

2009 ൽ ചെന്നൈ പോർട്ട് ട്രസ്റ്റിൽ ജോലി നോക്കുന്ന ഒരു യുവതിക്ക് അവരുടെ ഇരുപതുകാരനായ ഏക മകനെ റോഡപകടത്തിൽ നഷ്ടമായി. ശാരീരികമായി മറ്റൊരു കുട്ടിയെ ഗർഭം ധരിക്കാൻ സാധിക്കാത്തതിനാൽ വൈദ്യോപദേശം അനുസരിച്ച് അവർ സരോഗസി വഴി ഒരു കുട്ടിയെ സ്വന്തമാക്കി. മെഡിക്കൽ കാർഡും പെൻഷൻ പോലുള്ള ആനുകൂല്യങ്ങളും ലഭ്യമാകുന്ന തരത്തിൽ കുട്ടിയെ തന്റെ അനന്തരാവകാശിയായി രേഖപ്പെടുത്താൻ അവർ മാനേജ്മെന്റിൽ അപേക്ഷ കൊടുത്തു. എന്നാൽ അധികാരികൾ നിയമ പ്രശ്നം ചൂണ്ടിക്കാട്ടി അത് സാദ്ധ്യമല്ലെന്നറിയിച്ചു. കേന്ദ്ര സർക്കാർ നിയമം ഉണ്ടാക്കാത്ത പക്ഷം ഒന്നും ചെയ്യാൻ കഴിയില്ലെന്നും പറഞ്ഞു.

പ്രതിഭാഗം നടത്തിയ പ്രസ്താവന കോടതി പരാമർശിച്ചിട്ടുണ്ട്:

> സരോഗസി നടപടിയുമായി ബന്ധപ്പെട്ട് നിയമ പ്രശ്നങ്ങൾക്ക് പുറമേ ധാർമ്മികവും നൈതികവും മനഃശാസ്ത്രപരവും മതപരവുമായ പ്രശ്നങ്ങൾ ഉള്ളതായി ബോധിപ്പിച്ചിട്ടുണ്ട്. ആയതിനാൽ സരോഗസിയെ സംബന്ധിച്ചുള്ള സങ്കീർണ്ണമായ നിയമ പ്രശ്നങ്ങൾക്ക് പരിഹാരം കാണാൻ ഇന്ത്യയിൽ ഇത് സംബന്ധിച്ച് സമഗ്രമായൊരു നിയമനിർമ്മാണം എത്രയും വേഗം നടക്കേണ്ടതുണ്ട്.

ഇതിനെതിരായി അമ്മ ഹൈക്കോടതിയിൽ കേസ് ഫയൽ ചെയ്തു. സരോഗസിയിലൂടെ ജനിച്ച കുഞ്ഞിന്റെ അമ്മ എന്ന നിലയിൽ ദത്തെടുക്കുന്ന അച്ഛനമ്മമാർക്ക് ലഭിക്കുന്ന അവകാശങ്ങൾക്കും ആനുകൂല്യ

ങ്ങൾക്കും താനും അർഹയാണ് എന്ന് അവർ വാദിച്ചു. മദ്രാസ് ഹൈക്കോടതി ഇത് അംഗീകരിച്ച് ഉത്തരവിറക്കി:

> എതിർകക്ഷിയായ ചെന്നൈ പോർട്ട് ട്രസ്റ്റ്, റൂൾ 3-A പ്രകാരം സരോഗസിയിലൂടെ ഉണ്ടായ കുഞ്ഞിനെ അംഗീകരിച്ച് ഹർജിക്കാരിക്ക് അവധി അനുവദിക്കേണ്ടതാണ്. കുട്ടിയുടെ പേര്... ഉടനടി ഹർജിക്കാരിയുടെ കുടുംബാംഗങ്ങളുടെ കൂടെ ചേർക്കാനും എഫ് എം ഐ കാർഡിൽ ചേർക്കാനും മറ്റൊരു നിർദ്ദേശവും എതിർകക്ഷിക്ക് നല്കുന്നു.

അവയവങ്ങൾ മാറ്റി വയ്ക്കുന്നതിനെ അംഗീകരിച്ച ഒരു സമൂഹം സരോഗസിയിലൂടെ ജനിക്കുന്ന കുഞ്ഞുങ്ങളെ അംഗീകരിക്കാനും മുന്നോട്ട് വരേണ്ടതാണ്.

ഇതേ സമയം മറ്റൊരു കേസിൽ ബോംബെ ഹൈക്കോടതിയും സമാനമായ മറ്റൊരു വിധി പ്രഖ്യാപിച്ചു. കേന്ദ്രസർക്കാരും ഇക്കാര്യത്തിലെ തങ്ങളുടെ ഉത്തരവാദിത്വം തിരിച്ചറിഞ്ഞ് മുന്നോട്ട് വരികയും സരോഗസിയിലൂടെ കുട്ടികളെ സ്വന്തമാക്കുന്ന സർക്കാർ ജീവനക്കാർക്കും ആറ് മാസത്തെ പ്രസവാവധി അനുവദിക്കുകയും ചെയ്തു.

റഫറൻസ്

K Kalaiselvi vs. Chennai Port Trust, 2013 (2) CTC 400 = 2013 (3) MLJ 493.

കർപ്പഗം/ഷർമിള

ഇന്ത്യ ചൈനയുമായി ഒന്നാന്തരം മത്സരത്തിലാണ്, പ്രത്യേകിച്ച് ജനസംഖ്യാവർദ്ധനവിന്റെ കാര്യത്തിൽ. നിറയെ സന്താനഭാഗ്യമുണ്ടവട്ടെ എന്ന പഴയ അനുഗ്രഹവാക്യമൊക്കെ സർക്കാരിന്റെ ഒറ്റക്കുട്ടി പരസ്യങ്ങൾ കണ്ടുകണ്ട് നാം മറന്നു തുടങ്ങി.

അടിയന്തരാവസ്ഥക്കാലത്ത്(1975-1977) സഞ്ജയ് ഗാന്ധിയുടെ നിർദ്ദേശപ്രകാരം വടക്കേ ഇന്ത്യയിൽ പരക്കെ നിർബ്ബന്ധിത വന്ധ്യംകരണം നടക്കുകയുണ്ടായി. ഉയർന്ന ടാർഗറ്റ് നിശ്ചയിച്ച് നല്കപ്പെട്ടിരുന്ന അധികാരികളുടെ പിടിയിൽനിന്നും അവിവാഹിതരായ ചെറുപ്പക്കാർക്ക് പോലും രക്ഷപ്പെടാനായില്ല. തങ്ങളുടെ ശരീരത്തിനും പ്രത്യുല്പാദന ശേഷിക്കും മുകളിലുള്ള ഈ കടന്നുകയറ്റത്തോട് വടക്കേ ഇന്ത്യയിലെ ജനങ്ങൾ ശക്തമായി പ്രതികരിച്ചു. 1977 ലെ തെരഞ്ഞെടുപ്പിൽ അവർ ഇന്ദിരാഗാന്ധിക്ക് എതിരായി വോട്ട് ചെയ്ത് അവരെ പരാജയപ്പെടുത്തി. നിർബ്ബന്ധിത വന്ധ്യംകരണം എന്നത് മനുഷ്യാവകാശങ്ങൾക്ക് എതിരാണെന്ന് നിസ്സംശയം പറയാവുന്ന കാര്യമാണ്. പ്രത്യുല്പാദന തെരഞ്ഞെടുപ്പിൽ സർക്കാരിന്റെ ഇടപെടൽ ഏകാധിപത്യപരവും ഔചിത്യമില്ലാത്തതുമായിരുന്നു. പത്തൊമ്പതാം നൂറ്റാണ്ടിലെ ഇംഗ്ലണ്ടിൽ ഗർഭനിരോധനം എന്ന ആശയം പ്രചരിപ്പിക്കുന്നവർക്ക് ജയിൽശിക്ഷയാണ് വിധിച്ചിരുന്നത്. കുടുംബാസൂത്രണത്തെ പ്രോത്സാഹിപ്പിക്കുന്ന ലഘുലേഖകൾ വിതരണം ചെയ്തതിന്റെ പേരിൽ 1877 ൽ ആനിബസന്റിനെയും ചാൾസ് ബ്രാഡ്ലയെയും അറസ്റ്റ് ചെയ്തു. ദൈവ - വിരുദ്ധ പ്രചാരണം നടത്തിയതിന് ഉടനടി അവരുടെ മേൽ ക്രിമിനൽ കുറ്റവും ചുമത്തി. കൃത്രിമ ഗർഭനിരോധന മാർഗ്ഗങ്ങൾ സ്വീകരിക്കുക എന്നത് ക്രിസ്ത്യൻ മതവിശ്വാസത്തിന് എതിരായിരുന്നു. അധികാരികളുടെ പിന്തുണയുള്ള

ആ പരമ്പരാഗത വിശ്വാസപ്രകാരം കുട്ടികൾ ദൈവത്തിന്റെ വരദാനമാണ്. 2012 ൽ അയർലണ്ടിൽ വച്ച് ഇന്ത്യൻ വംശജയായ സവിത ഹാലപ്പനവർ എന്ന സ്ത്രീ മരണപ്പെട്ടു. അവിടുത്തെ നിയമം മതവിശ്വാസത്തെ അടിസ്ഥാനമാക്കിയുള്ളതായിരുന്നു. അപൂർണ്ണമായ ഒരു ഗർഭം അലസലിന്റെ സങ്കീർണ്ണതകൾ ഒഴിവാക്കാൻ വേണ്ടിയായിട്ടുകൂടി ഗർഭഛിദ്രം നടത്താൻ നിയമം അനുവദിക്കുന്നുണ്ടായിരുന്നില്ല. ഇതേത്തുടർന്ന് ആരോഗ്യസ്ഥിതി വഷളായാണ് അവർ മരിച്ചത്. ഈ സംഭവത്തെത്തുടർന്ന് ഇനിയും ജനിച്ചിട്ടില്ലാത്ത കുഞ്ഞിനെ രക്ഷിക്കാനെന്ന പേരിൽ അമ്മയെ മരണത്തിന് വിട്ടുകൊടുത്തതിനെതിരേ വലിയ തോതിൽ പൊതുരോഷം ഉയർന്നു. 2018 ൽ അയർലണ്ട് അബോർഷൻ നിയമവിധേയമാക്കി.

നമ്മുടെ രാജ്യത്തെ സ്ഥിതി തികച്ചും വ്യത്യസ്തമാണ്. കുടുംബാസൂത്രണ പ്രചാരണത്തിനൊപ്പം വ്യാപകമായി പെൺഭ്രൂണഹത്യകളും ഇവിടെ നടക്കുന്നു. ഗർഭസ്ഥ ശിശുവിന്റെ ലിംഗനിർണ്ണയം നടത്തിക്കഴിഞ്ഞാൽ വലിയൊരു പങ്ക് ഗർഭങ്ങളും അലസിപ്പിക്കൽ പതിവാണ്. അഞ്ച് പെൺമക്കളുണ്ടെങ്കിൽ രാജാവ് പോലും പാപ്പരാകും എന്നൊരു ചൊല്ല് തന്നെ തമിഴ്നാട്ടിലുണ്ട്. രാജ്യമെമ്പാടും ലിംഗനിർണ്ണയ ക്ലിനിക്കുകൾ കാണാം. ഗർഭസ്ഥ ശിശുവിന്റെ ലിംഗനിർണ്ണയം നിരോധിച്ചുകൊണ്ട് പാർലമെന്റ് നിയമം പാസാക്കി. എന്നിട്ടും പെൺ ഭ്രൂണഹത്യകളും പെൺ ശിശുഹത്യകളും കൂടിക്കൊണ്ടേയിരുന്നു. അതിന്റെ ഫലമായി ഏകദേശം 50:50 ആയിരിക്കേണ്ട സ്ത്രീ പുരുഷ അനുപാതം പലയിടത്തും ആയിരം പുരുഷന്മാർക്ക് എണ്ണൂറ് സ്ത്രീകൾ എന്ന നിലയിലായി. പെൺ ശിശുഹത്യകൾ കുറയ്ക്കാനായി 1992 ൽ തമിഴ്നാട് സർക്കാർ തൊട്ടിൽ കുളന്തൈ തിട്ടം (ക്രാഡിൽ ബേബി സ്കീം) ആരംഭിച്ചു. തുടക്കത്തിൽ ധാരാളം പെൺകുഞ്ഞുങ്ങൾ ആരും അറിയാതെ തൊട്ടിലുകളിൽ ഉപേക്ഷിക്കപ്പെട്ടു. പിന്നീട് ഇതിന്റെ എണ്ണം കുറഞ്ഞുവന്നു. അതിനർത്ഥം പെൺകുഞ്ഞുങ്ങളെ കൊല്ലുന്നത് ഇല്ലാതായി എന്നായിരുന്നില്ല. ഇപ്പോൾപ്പോലും ലിംഗനിർണ്ണയ ക്ലിനിക്കുകൾ രഹസ്യമായി പ്രവർത്തിക്കുന്നുണ്ട്. ആൺകുട്ടി ജനിച്ചാൽ ആയിരം രൂപയും പെൺകുട്ടി ജനിച്ചാൽ അഞ്ഞൂറ് രൂപയും ടിപ്പായി വാങ്ങിക്കുന്ന അറ്റന്റർമാരുള്ള സർക്കാർ ആശുപത്രികൾ നമ്മുടെ നാട്ടിൽ മാത്രമേ കാണൂ. പെൺശിശുഹത്യകൾ തടയാൻ സർക്കാർ കൊണ്ടുവന്ന മറ്റൊരു പദ്ധതിയാണ് പെൺകുളന്തൈ പാതുകാപ്പു തിട്ടം (ഗേൾ - ചൈൽഡ് പ്രൊട്ടക്ഷൻ സ്കീം). ഇതുപ്രകാരം രണ്ട് പെൺകുട്ടികൾ ഉണ്ടായാൽ ഉടൻ വന്ധ്യംകരണം നടത്താൻ രക്ഷിതാക്കൾ തയ്യാറാവുകയാണെങ്കിൽ ആ രണ്ട് പെൺകുട്ടികളുടെയും പേരിൽ ബാങ്ക് അക്കൗണ്ടുകൾ തുറക്കുകയും ഓരോ അക്കൗണ്ടിലും 15,000 രൂപ വീതം സർക്കാർ നിക്ഷേപിക്കുകയും ചെയ്യും. കുട്ടിക്ക് പതിനെട്ട് വയസ്സാകുമ്പോൾ ആ തുക പലിശ ഉൾപ്പെടെ കുടുംബത്തിന് ലഭിക്കും. ഒറ്റ പെൺകുട്ടി ഉണ്ടാകുമ്പോഴേ ദമ്പ

തികൾ വന്ധ്യംകരണം നടത്തുകയാണെങ്കിൽ നിക്ഷേപിക്കപ്പെടുന്ന തുക 22000 ആയി ഉയരും. ഈ രണ്ട് പദ്ധതിയിലും അമ്മ വന്ധ്യംകരണം ചെയ്യണമെന്ന് നിർബ്ബന്ധമായിരുന്നു. ആൺകുഞ്ഞ് ജനിക്കുന്നതുവരെ കുട്ടികളെ പ്രസവിക്കുന്ന രീതി തടയുന്നതിനാണ് സർക്കാർ അങ്ങനെ ചെയ്തത്.

തിരുവിടൈ മരുതൂരിൽ കർപ്പഗം എന്ന സ്ത്രീ ഒരു പെൺകുഞ്ഞിന് ജന്മം നല്കി. അവൾക്ക് ഭുവനേശ്വരി എന്ന് പേരിട്ടു. രണ്ടാമത്തെ കുഞ്ഞ് ജനിച്ചത് ഒരു സ്വകാര്യ ആശുപത്രിയിലാണ്. അവൾക്ക് ജയന്തി യെന്ന് പേരിട്ടു. കർപ്പഗം അപ്പോൾത്തന്നെ വന്ധ്യംകരണ ശസ്ത്രക്രിയയ്ക്കും വിധേയയായി. പിന്നീട് അവർ പെൺകുളന്തൈ പാതുകാപ്പു തിട്ടത്തിൽ ചേരാൻ അപേക്ഷ കൊടുത്തപ്പോൾ അവരുടെ അപേക്ഷ നിരസിക്കപ്പെട്ടു. കർപ്പഗം വന്ധ്യംകരണം ചെയ്തത് സ്വകാര്യ ആശുപത്രിയിൽ ആയതിനാൽ അവർക്ക് സ്കീമിൽ ചേരാൻ അർഹതയില്ലത്രെ.

അവർ ഹൈക്കോടതിയിൽ കേസ് ഫയൽ ചെയ്തു. തമിഴ്നാട് സർക്കാരിന്റെ പദ്ധതിയിൽ പറയുന്ന നിബന്ധനകളിൽ എവിടെയും സ്വകാര്യ ആശുപത്രിയിലെ പ്രസവമോ വന്ധ്യംകരണ ശസ്ത്രക്രിയയോ അയോഗ്യതയാണെന്ന് സൂചിപ്പിക്കുന്നുണ്ടായിരുന്നില്ല. അതുകൊണ്ട് പദ്ധതിയുടെ ഗുണഫലം കർപ്പഗത്തിന് ലഭിക്കണമെന്ന് ഹൈക്കോടതി ഉത്തരവിട്ടു.[1]

ഒപ്പം കോടതി ചൂണ്ടിക്കാട്ടി:

> സൂചിപ്പിക്കപ്പെട്ട നിയമങ്ങളിൽ എവിടെയും മൂന്നാം എതിർകക്ഷി പഞ്ചായത്ത് യൂണിയൻ കമ്മീഷണർക്ക് ഏതെങ്കിലും അപേക്ഷ സ്വയം തള്ളിക്കളയാനുള്ള അധികാരം നല്കിയിട്ടില്ല. ജില്ലാ സാമൂഹ്യക്ഷേമ ഓഫീസറാണ് നേരിട്ട് അപേക്ഷകൻ സമർപ്പിച്ചിട്ടുള്ള വിവരങ്ങൾ പരിശോധിക്കേണ്ടത്. ഹർജിക്കാരിയുടെ അപേക്ഷ സർക്കാരിന്റെ പദ്ധതിക്ക് കീഴിൽ വരുന്നതാണ്. സർക്കാരിന്റെ ഉത്തരവുകളിൽ പറഞ്ഞിട്ടില്ലാത്ത കാരണങ്ങൾ കാണിച്ച് അത് നിരാകരിക്കാൻ എതിർകക്ഷികൾക്ക് സാധിക്കില്ല.

വലിയ കുടുംബങ്ങളെ നിരുത്സാഹപ്പെടുത്താനായി ഇന്ത്യയിലെ സംസ്ഥാന സർക്കാരുകൾ നൂതനമായ മാർഗ്ഗങ്ങൾ സ്വീകരിച്ചിട്ടുണ്ട്. 1993 ൽ ഹരിയാന നിയമസഭ നിലവിലുള്ള നിയമത്തിൽ ഭേദഗതിവരുത്തിക്കൊണ്ട് പ്രാദേശിക തെരഞ്ഞെടുപ്പുകളിൽ രണ്ട് മക്കളിൽ കൂടുതലുള്ളവർക്ക് മത്സരിക്കാൻ അനുവാദം നിഷേധിച്ചു. ഇതിനെതിരെ സമർപ്പിക്കപ്പെട്ട കേസ് 2003 ൽ സുപ്രീംകോടതി തള്ളി. ഒരു സ്ത്രീയുടെ ഗർഭം ലൈംഗിക ബലപ്രയോഗം മൂലം ഉണ്ടായതാകാം എന്ന വാദത്തെ അത് നിരാകരിച്ചു; പുതിയ നിയമം സ്ത്രീകളെയും പുരുഷന്മാരെയും ഒരുപോലെ ശിക്ഷിക്കുന്നതാണ്. കോടതി ഊന്നിപ്പറഞ്ഞു:

കോടതിയുടെ നോട്ടത്തിൽ രണ്ട് കുട്ടികളിൽ അധികം ഉള്ളവർക്ക് തെരഞ്ഞെടുപ്പിൽ മത്സരിക്കാൻ അനുമതി നിഷേധിക്കുന്നതിൽ മൗലികാവകാശങ്ങളൊന്നും ലംഘിക്കപ്പെടുന്നില്ല. കേവലയുക്തിയുടെ പരിധിയും അത് ലംഘിക്കുന്നില്ല. മാത്രമല്ല അത് ദേശീയ താല്പര്യത്തിന്റെ അടിസ്ഥാനത്തിൽ രൂപപ്പെടുത്തിയിട്ടുള്ള അയോഗ്യതയാണ്.

1980 ൽ, എയർഹോസ്റ്റസ്മാർക്ക് പരിശീലന കാലയളവിൽ കുട്ടികളുണ്ടാവാൻ പാടുള്ളതല്ല എന്ന വ്യവസ്ഥ കോടതി ശരിവച്ചിരുന്നു. രണ്ട് വിധികളിലും ഈ നിയമങ്ങൾ സ്ത്രീകളുടെ ആരോഗ്യം പരിഗണിച്ച് കൊണ്ടുവന്നിട്ടുള്ളവയാണെന്ന് സുപ്രീംകോടതി പ്രസ്താവിച്ചു.

ഇതിന്റെ അടിസ്ഥാനത്തിലാണ് 1997 ൽ മൂന്നാമത്തെ പ്രസവത്തിന് വേതനത്തോടുകൂടിയ അവധി അനുവദിക്കുകയില്ല എന്ന് തമിഴ്നാട് സർക്കാർ അറിയിച്ചത്. 1948 ലെ യു എൻ അസംബ്ലി അംഗീകരിച്ച യൂണിവേഴ്സൽ ഡിക്ലറേഷൻ ഓഫ് ഹ്യൂമൻ റൈറ്റ്സ് പറയുന്നത് മാതൃത്വത്തിന് ആവശ്യമായ പരിചരണം ലഭിക്കുക എന്നത് ഒരു മൗലിക അവകാശമാണെന്നാണ്. ഗർഭിണികളായ സ്ത്രീകളുടെ സുരക്ഷ ഉറപ്പാക്കുന്നതിനായി അന്താരാഷ്ട്ര തൊഴിലാളി സംഘടനയും ഒരു പ്രമേയം പാസാക്കിയിരുന്നു. ഇത് പ്രകാരം സ്ത്രീകൾക്ക് നിയമ പരിരക്ഷ നല്കാത്ത ഒരേയൊരു രാജ്യം യു എസ് എ ആണ്. നമ്മുടെ ഭരണഘടനയിലെ ആർട്ടിക്കിൾ 42 മറ്റേണിറ്റി റിലീഫ് നല്കുന്നുണ്ട്. 1961 ൽ പാർലമെന്റ് മറ്റേണിറ്റി ബെനിഫിറ്റ് ആക്ട് കൊണ്ടുവന്നു. ഇത് പ്രകാരം ഗർഭിണിയായ ഒരു സ്ത്രീയോട് പ്രസവത്തിന് മുമ്പുള്ള ആറാഴ്ചയും ശേഷമുള്ള ആറാഴ്ചയും ജോലിക്കെത്താൻ ആവശ്യപ്പെടാൻ പാടുള്ളതല്ല. പ്രസവത്തിന് വേതനത്തോടെയുള്ള അവധി അനുവദിക്കുകയും വേണം. ഗർഭിണിയായ തൊഴിലാളിയെ പ്രസവത്തിന് മുമ്പായി ജോലിയിൽ നിന്ന് പിരിച്ചുവിടാനും പാടില്ല. സാധാരണ ഗതിയിൽ സ്ത്രീകൾക്ക് വിവാഹശേഷമാണ് കുട്ടികൾ ഉണ്ടാകുന്നത് എന്നതിനാൽ ഒരു മൾട്ടിനാഷണൽ കമ്പനി, ഫൈസർ കരാർ വ്യവസ്ഥകൾ പ്രകാരം സ്ത്രീകളെ വിവാഹം കഴിഞ്ഞാലുടൻ ജോലിയിൽനിന്ന് പിരിച്ചുവിടാൻ ആരംഭിച്ചു. വിവാഹം കഴിഞ്ഞാൽ സ്ത്രീകൾ പ്രസവത്തിനായി അവധിയെടുക്കും എന്നുള്ള ധാരണയിലായിരുന്നു ഇത്. തൊഴിലാളികളുടെ എതിർപ്പ് വ്യവസായ കോടതി തള്ളിക്കളഞ്ഞു. പിന്നീട് സുപ്രീംകോടതി അത് തിരുത്തി. കോടതി ഈ നടപടിയെ വിമർശിക്കുകയും മറ്റേണിറ്റി ആക്ടിന് കീഴിൽ വിധവയോ അവിവാഹിതയോ ആണെങ്കിൽ പോലും കുട്ടിയുണ്ടാകുന്ന പക്ഷം നിയമത്തിന് കീഴിലുള്ള ആനുകൂല്യങ്ങൾ ലഭ്യമാക്കേണ്ടതാണെന്ന് പറയുകയും ചെയ്തു. 2008 ൽ തിരുനെൽവേലിയിലെ ഒരു ബീഡിക്കമ്പനയിലെ രണ്ട് ജീവനക്കാരികൾക്ക്, രണ്ട് കുട്ടികളിൽ അധികം പാടില്ല എന്നതാണ് സർക്കാർ നയം എന്ന കാരണം പറഞ്ഞ് വേതനവും അവ

ധിയും നിഷേധിക്കുകയുണ്ടായി. ഭദ്രകാളിയും ശാന്തമ്മാളും[2] കോടതിയെ സമീപിച്ചു. രണ്ടിൽ കൂടുതൽ കുട്ടികൾ ഉണ്ടാവുന്നതിനുള്ള നിരോധനം നിയമമാക്കപ്പെട്ടിട്ടില്ലെന്ന് വാദിച്ച് പരിഹാരം നേടുകയും ചെയ്തു. മൂന്നാം എതിർകക്ഷിക്ക് വേണ്ടി അഭിഭാഷകൻ ശ്രീ എം മുത്തുപ്പാണ്ടിയൻ നടത്തിയ വാദങ്ങൾ കോടതി എടുത്തു പറഞ്ഞു:

> ഒരു സ്ത്രീ തൊഴിലാളിക്ക് രണ്ടിൽ കൂടുതൽ കുട്ടികൾ ഉണ്ടാകുന്ന പക്ഷം ആനുകൂല്യങ്ങൾ നല്കുന്നത് തടയുന്ന യാതൊരു വ്യവസ്ഥയും മറ്റേണിറ്റി ബെനിഫിറ്റ് ആക്റ്റ് മുന്നോട്ട് വയ്ക്കുന്നില്ല. രണ്ട് കുട്ടികൾ മാത്രമെന്ന സർക്കാരിന്റെ മാനദണ്ഡം ആക്ടുമായി ചേർത്ത് വായിക്കേണ്ടതില്ല. സർക്കാർ ജീവനക്കാർക്ക് ബാധകമായിട്ടുള്ളതെല്ലാം എംബി ആക്ടിന്റെ വ്യവസ്ഥകൾക്ക് കീഴിൽ വരുന്ന ബീഡി തൊഴിലാളികളുടെ കാര്യത്തിൽ പ്രാവർത്തികമാക്കണമെന്നില്ല. സർക്കാർ ജീവനക്കാരും മറ്റു തൊഴിലാളികളും തമ്മിലുള്ള വ്യത്യാസം എടുത്തുകാണിക്കാനായി മറ്റൊരു കാര്യംകൂടി അദ്ദേഹം പറഞ്ഞിരിക്കുന്നത്, വിവാഹത്തിന് മുമ്പുള്ള പ്രസവമാണെങ്കിൽ സർക്കാർ ജീവനക്കാർക്ക് പ്രസവാവധി അനുവദിക്കുകയില്ല. അതേസമയം എം ബി ആക്ടിന് കീഴിൽ വരുന്ന തൊഴിലാളികൾക്ക് അവിവാഹിതരാണെങ്കിൽ കൂടി കുട്ടിയുണ്ടാകുന്ന പക്ഷം ആനുകൂല്യങ്ങൾക്ക് അർഹതയുണ്ട്.

കോടതി മറ്റ് ചിലത് കൂടി ശ്രദ്ധയിൽ പെടുത്തി:

> ഒരു വനിതാ ജീവനക്കാരി എത്ര തവണ പ്രസവിക്കണമെന്ന് പരിധി വയ്ക്കുന്ന ഒരു വ്യവസ്ഥയും എം ബി ആക്ടിൽ ഇല്ല. എം ബി ആക്ടിന്റെ വ്യവസ്ഥകളും ഭരണഘടന അനുച്ഛേദം 42 ഉം ചേർത്ത് വായിക്കുമ്പോൾ ആക്ടിന് കീഴിൽ വരുന്ന എല്ലാ സ്ത്രീകൾക്കും പ്രസവാനുകൂല്യങ്ങൾക്കുള്ള അർഹതയുണ്ട്. അതിൽ എത്ര പ്രസവം എന്ന പരിധിക്ക് സ്ഥാനമില്ല.

അടുത്ത വർഷം തൂത്തുക്കുടി ബ്ലോക്ക് ഡെവലപ്മെന്റ് ഓഫീസിൽ ട്രെയിനി ടീച്ചറായി ജോലി ചെയ്തിരുന്ന ഷർമിള[3] എന്ന സ്ത്രീക്ക് വ്യത്യസ്തമായ മറ്റൊരു അനുഭവമുണ്ടായി. അവരുടെ രണ്ടാമത്തെ പ്രസവത്തിന് ആനുകൂല്യങ്ങൾ നല്കാൻ സർക്കാർ തയ്യാറായില്ല. ആദ്യ പ്രസവത്തിൽ അവർക്കുണ്ടായത് ഇരട്ടക്കുട്ടികളായിരുന്നു. സർക്കാർ പറയുന്നത് രണ്ടാമത്തെ പ്രസവം എന്നാൽ യഥാർത്ഥത്തിൽ അവരുടെ മൂന്നാമത്തെ കുട്ടിയായതുകൊണ്ട് വേതനത്തോട് കൂടിയ അവധിക്ക് അവർ അർഹയല്ല എന്നാണ്. അവർ ഇത് ഹൈക്കോടതിയിൽ ചോദ്യം ചെയ്തു. പ്രസവാനുകൂല്യങ്ങളുമായി ബന്ധപ്പെട്ട നിയമങ്ങളുടെ ചരിത്രവും മറ്റേണിറ്റി പ്രൊട്ടക്ഷൻ സംബന്ധിച്ച യു എൻ സമ്മേളനവും ചൂണ്ടിക്കാ

ണിച്ചുകൊണ്ട്, സർക്കാർ രണ്ടാമത്തെ പ്രസവത്തിന് സംരക്ഷണം ഉറപ്പ് വരുത്താനാണ് ഉദ്ദേശിക്കുന്നതെങ്കിൽ അത് മൂന്നാമത്തെ കുട്ടിയാണ് എന്ന കാര്യം പരിഗണിക്കേണ്ടതില്ല എന്ന് കോടതി പറഞ്ഞു:

> ഈ കേസിൽ, യഥാർത്ഥത്തിൽ സർക്കാർ, സ്ത്രീക്ക് അവളുടെ രണ്ടാമത്തെ പ്രസവത്തിൽ സംരക്ഷണം ഉറപ്പാക്കുകയാണ് ഉദ്ദേശിക്കുന്നതെങ്കിൽ അത് രണ്ട് പ്രസവത്തിലും കൂടി അവർക്ക് എത്ര കുട്ടികൾ ഉണ്ട് എന്ന കണക്കിനെ അടിസ്ഥാനമാക്കിയാകരുത് എന്ന് വ്യക്തമായി പറയാൻ സാധിക്കും.

ഷർമിളയ്ക്ക് മുഴുവൻ വേതനത്തോടെയുള്ള പ്രസവാവധി ലഭിച്ചു.

അടുത്തിടെ, 2018 ജനുവരിയിൽ കുട്ടികളെ ദത്തെടുത്ത അമ്മമാർക്കും സരോഗസി വഴി കുട്ടികളെ സ്വന്തമാക്കിയ അമ്മമാർക്കുംകൂടി കേന്ദ്ര സർക്കാർ പ്രസവാവധി അനുവദിച്ചു. പ്രസവ സമയത്തും ശിശു പരിചരണത്തിലും സഹായിക്കുന്നതിനായി അച്ഛന്മാർക്കും ഈ പദ്ധതി പ്രകാരം അവധി അനുവദിക്കുന്നുണ്ട്. 2016 സപ്തംബറിൽ തമിഴ്നാട്ടിൽ ജയലളിത നയിക്കുന്ന എ ഐ എ ഡി എം കെ സർക്കാർ പ്രസവാവധി എന്നത് ആറ് മാസത്തിൽ നിന്നും ഒൻപത് മാസമായി വർദ്ധിപ്പിച്ചു.

റഫറൻസ്

1. Karpagam vs. The Commissioner, Social Welfare and Nutritious Meal Programme, Chennai-5, W P (MD) 10503 of 2005, dt.18.9.2008.
2. N Md Mohideen & another vs. The Dy. Commissioner of Labour, Chennai & Ors. 2008(5) MLJ 6 (MAD) = 2008 (3) LLJ 362.
3. J Sharmmila vs. Secretary to Govt, Education Dept & Anr, W P (MD) 13555 of 2009, dt.19.10.2010.

ലൈംഗിക അതിക്രമങ്ങൾ

പൊതുമ്പിലെ പെൺകുട്ടികൾ

ഇന്ത്യയുടെ ആദ്യത്തെ പ്രധാനമന്ത്രി ജവഹർലാൽ നെഹ്റുവിനോട് അദ്ദേഹത്തിന്റെ സർക്കാരിന്റെ നേട്ടങ്ങളിൽ ഏറ്റവും പ്രധാനപ്പെട്ടതായി കരുതുന്നത് ഏതാണെന്ന് ചോദിച്ചപ്പോൾ നെഹ്റു പറഞ്ഞ മറുപടി, സ്ത്രീകളുടെ വിദ്യാഭ്യാസം എന്നായിരുന്നു. സ്ത്രീകൾക്ക് വിദ്യാഭ്യാസം ലഭിച്ചാൽ മാത്രമേ ഇന്ത്യക്ക് പുരോഗതിയുണ്ടാവൂ എന്ന് വിശ്വസിച്ച ദേശീയ നേതാക്കളിൽ ഒരാളായിരുന്നു അദ്ദേഹം. ഇന്ന് വിദ്യാഭ്യാസസ്ഥാപനങ്ങളിൽ ധാരാളം സ്ത്രീകളെ നമുക്ക് കാണാം, സത്യത്തിൽ പുരുഷന്മാരെക്കാൾ മികച്ച പ്രകടനം അവർ കാഴ്ചവയ്ക്കുന്നുമുണ്ട്.

ഈ വസ്തുതകൾ നിലനില്ക്കെ, 2011 ൽ തമിഴ്നാട്ടിലെ മധുരയ്ക്കടുത്തുള്ള പൊതുമ്പു എന്ന ഗ്രാമത്തിലെ ആളുകൾ തങ്ങളുടെ പെൺമക്കളെ ഇനിമുതൽ സ്കൂളിൽ വിടുന്നില്ല എന്ന് പറഞ്ഞപ്പോൾ എല്ലാവർക്കും അത് വലിയ ഞെട്ടലായിരുന്നു. അതിന്റെ കാരണമായിരുന്നു അതിലും ഞെട്ടിപ്പിക്കുന്നത്. പൊതുമ്പു ഗവൺമെന്റ് ഹൈസ്കൂളിലെ പ്രധാന അദ്ധ്യാപകന്റെ സ്വഭാവദൂഷ്യമായിരുന്നു രക്ഷിതാക്കളെക്കൊണ്ട് അത്തരമൊരു തീരുമാനമെടുപ്പിച്ചത്. ആ സ്കൂളിൽ പ്രവർത്തിച്ച മൂന്ന് വർഷത്തിനിടെ നൂറിലധികം പെൺകുട്ടികളെയാണ് അയാൾ ലൈംഗികമായി ദുരുപയോഗം ചെയ്തത്. പെൺകുട്ടികൾ തങ്ങളുടെ പേടിപ്പെടുത്തുന്ന അനുഭവങ്ങൾ അച്ഛനമ്മമാരോട് പങ്കുവയ്ക്കാൻ തുടങ്ങിയപ്പോൾ ഗ്രാമം മുഴുവൻ വിറച്ചുപോയി. അവർ പ്രതിഷേധിച്ചു.

ഈ വിവരം അറിഞ്ഞപ്പോൾ ഓൾ ഇന്ത്യ ഡെമോക്രാറ്റിക് വിമെൻസ് അസോസിയേഷൻ പ്രസിഡന്റ് ശ്രീമതി ബൃന്ദ കാരാട്ട് നേരിട്ട് അന്വേഷണം നടത്തുകയും പരാതിയിൽ കഴമ്പുണ്ടെന്ന് കണ്ടെത്തുകയും ചെയ്തു. എ ഐ ഡി ഡബ്ല്യൂ എയുടെ മധുരൈ റൂറൽ ജില്ലാ സെക്രട്ടറി

പൊന്നുത്തായിയും അതിക്രമം നേരിട്ട പെൺകുട്ടികളുടെ രക്ഷിതാക്കളും ചേർന്ന് പൊലീസ് സ്റ്റേഷനിൽ പരാതികൊടുത്തെങ്കിലും നടപടിയൊന്നും ഉണ്ടായില്ല. ഹെഡ്മാസ്റ്ററുടെ ഒരു ബന്ധു അതേ സ്കൂളിൽത്തന്നെ അദ്ധ്യാപകനായിരുന്നു. വേറെയും ബന്ധുക്കൾ അടുത്തുള്ള സ്കൂളുകളിൽ അദ്ധ്യാപകരാണ്. അവർ പരാതിക്കാരെ ഭീഷണിപ്പെടുത്തുകയും അതിക്രമത്തിന് ഇരയായ കുട്ടികളെ വാക്കാൽ അധിക്ഷേപിക്കുകയും ചെയ്തു. അതിനുശേഷം, മധുര കേന്ദ്രമാക്കി പ്രവർത്തിക്കുന്ന അഭിഭാഷക യു നിർമ്മല റാണിയുടെ നേതൃത്വത്തിലുള്ള വസ്തുതാന്വേഷണ സമിതി ഗ്രാമത്തിലെത്തി. കുട്ടികളിൽ ചിലരെല്ലാം അപ്പോഴേക്കും സ്കൂൾ പഠനം പൂർത്തിയാക്കിയിരുന്നു. ചിലരുടെ വിവാഹം പോലും കഴിഞ്ഞു. മൊഴികൊടുക്കാൻ നിന്നാൽ കൂടുതൽ പ്രശ്നങ്ങൾ നേരിടേണ്ടി വന്നേക്കുമെന്ന് അവരിൽ പലരും ഭയന്നു. സമിതി പരമാവധി പരിശ്രമിച്ച് കുട്ടികൾക്കിടയിലും രക്ഷിതാക്കളുടെയും അദ്ധ്യാപകരുടെയും ഇടയിലും കഴിയുന്നത്ര അന്വേഷണം നടത്തി. ഹെഡ്മാസ്റ്റർ നടത്തിയ ഭീകരമായ അതിക്രമങ്ങളുടെ വ്യക്തമായ ചിത്രം ആദ്യമായി വെളിച്ചത്ത് വരുന്നത് ഈ അന്വേഷണത്തിന്റെ റിപ്പോർട്ടിലായിരുന്നു. അദ്ധ്യാപകൻ നടത്തിയ ലൈംഗിക അതിക്രമങ്ങളും ഉപദ്രവങ്ങളും അത് അക്കമിട്ടു നിരത്തി. അസുഖം ബാധിച്ച കുട്ടികളെ അയാൾ മുറിയിലേക്ക് വിളിച്ചുവരുത്തി, അവരുടെ സൗഖ്യത്തിനായി പ്രാർത്ഥിക്കാൻ പോവുകയാണെന്ന് പറഞ്ഞ് കുരിശുവരയ്ക്കുന്ന നാട്യത്തിൽ കുട്ടികളുടെ മാറിടത്തിൽ സ്പർശിക്കുക, കുട്ടികളെ രഹസ്യമായി വിളിച്ച് കെട്ടിപ്പിടിക്കുക, എന്തെങ്കിലും തിരയുന്ന ഭാവത്തിൽ കുട്ടികളുടെ വസ്ത്രത്തിനുള്ളിലൂടെ കൈ കടത്തുക. ചില അവസരങ്ങളിൽ കുട്ടികളെക്കൊണ്ട് തന്റെ സ്വകാര്യഭാഗങ്ങളിൽ പിടിപ്പിക്കുക കൂടി ചെയ്തിട്ടുണ്ട്. ചെറിയ പെൺകുട്ടികളോട് മടിയിൽ കയറിയിരിക്കാൻ ആവശ്യപ്പെടുകയും അവരോട് പുറത്ത് പറയാൻ മടിക്കുന്ന തരം വൈകൃതങ്ങൾ പ്രവർത്തിക്കുകയും ചെയ്യും. കുട്ടികളെക്കൊണ്ട് നിലം തൂത്തുവാരിക്കുക, എന്നിട്ട് കുനിഞ്ഞു നില്ക്കുന്ന അവരുടെ ചിത്രങ്ങൾ എടുക്കുക തുടങ്ങി ആ പട്ടിക മനസ്സ് മരവിപ്പിക്കുന്നതാണ്.

അക്രമത്തിനിരയായ കുട്ടികളിൽ ഒരാളുടെ പിതാവ് വീരസാമി മദ്രാസ് ഹൈക്കോടതിയുടെ മധുരൈ ബഞ്ചിൽ ഒരു കേസ് ഫയൽ ചെയ്തു. ഈ ലൈംഗിക അതിക്രമങ്ങൾ അന്വേഷിക്കാൻ പ്രത്യേക അന്വേഷണ സംഘത്തെ തന്നെ രൂപീകരിക്കണമെന്നും മകൾക്ക് നഷ്ടപരിഹാരം നല്കണം എന്നും അദ്ദേഹം ആവശ്യപ്പെട്ടു. എ ഐ ഡി ഡബ്ല്യൂ എ സ്വമേധയാ ഇതിൽ കക്ഷിചേർന്നു. പ്രൊട്ടക്ഷൻ ഓഫ് ചൈൽഡ് റൈറ്റ്സ് ആക്റ്റ് അനുസരിച്ച് ആദ്യപടിയെന്നോണം ശിശുക്ഷേമ സമിതിയുടെ ഇടപെടൽ കോടതി നിർദ്ദേശിച്ചു. വിഷയത്തിൽ റിപ്പോർട്ട് സമർപ്പിക്കാനും സമിതിയോട് ആവശ്യപ്പെട്ടു. യു നിർമ്മല റാണിയുടെ നേതൃത്വത്തിലുള്ള അന്വേഷണ സമിതി സമർപ്പിച്ച റിപ്പോർട്ടിനെ സ്ഥിരീകരി

ക്കുന്നതായിരുന്നു ശിശുക്ഷേമ സമിതിയുടെ റിപ്പോർട്ട്. പൊലീസ് വകുപ്പ് ഈ വിഷയത്തിൽ നടത്തിയ അന്വേഷണ റിപ്പോർട്ട് പരിശോധിച്ച കോടതി അതൃപ്തി രേഖപ്പെടുത്തി.

മധുരൈ ജില്ലാ പൊലീസ് സൂപ്രണ്ടിനോട് നേരിട്ട് ഹാജരാകാൻ കോടതി ആവശ്യപ്പെട്ടു. അതനുസരിച്ച്, പൊലീസ് സൂപ്രണ്ട് ശ്രീ. അസ്ര ഗാർഗ് കോടതിയിൽ ഹാജരായി. അതേസമയം വിദ്യാഭ്യാസ വകുപ്പ് ഹെഡ്മാസ്റ്ററെ താല്ക്കാലികമായി സസ്പെന്റ് ചെയ്യുകയും പൊലീസ് അയാളെ അറസ്റ്റ് ചെയ്യുകയും ചെയ്തു. എന്നാൽ ആരും കാര്യമായി എതിർക്കാൻ ഇല്ലാതിരുന്നതുകൊണ്ട് വളരെ വേഗം ജാമ്യത്തിൽ പുറത്തു വന്നു. അയാൾക്ക് സഹായം ചെയ്തുകൊടുത്ത ഒരു ബന്ധുവിനെയും സുഹൃത്തിനെയും ദൂരെ സ്ഥലത്തേക്ക് സ്ഥലംമാറ്റി.

അക്രമം നേരിട്ട കുട്ടികളിൽ ചിലർ എസ് സി വിഭാഗത്തിൽ പെട്ടവ രാണെന്ന് ഹൈക്കോടതി കണ്ടെത്തി. അതിനാൽ കേസ് എസ് സി എസ് ടി (പ്രിവൻഷൻ ഓഫ് അട്രോസിറ്റീസ്) ആക്റ്റ് 1989 ന് കീഴിൽ രജിസ്റ്റർ ചെയ്യണമെന്ന് നിർദ്ദേശിച്ചു. അതുകൂടാതെ അസിസ്റ്റന്റ് സൂപ്രണ്ട് പദ വിയിലുള്ള ഒരു വനിതാ ഓഫീസറെ നിയമിക്കണമെന്നും സർക്കാർ ഒരു വനിത പബ്ലിക് പ്രോസിക്യൂട്ടറെ നിയമിക്കണമെന്നും ജില്ലാ പൊലീസ് സൂപ്രണ്ടിന്റെ നേരിട്ടുള്ള മേൽനോട്ടത്തിൽ അന്വേഷണം നടത്തണമെന്നും കോടതി പറഞ്ഞു:

> ഈ കേസിൽ നിസ്സംശയമായും എസ് സി വിഭാഗത്തിൽ പെടുന്ന കുട്ടികളെ സ്കൂൾ ഹെഡ്മാസ്റ്റർ ലൈംഗികമായി ദുരുപയോഗം ചെയ്തിട്ടുണ്ട്. തീർച്ചയായും കുട്ടികളുടെയും രക്ഷിതാക്കളുടെയും പരാതി സത്യമാണെന്ന് തെളിയുന്നപക്ഷം എസ് സി ആന്റ് എ സ് ടി (പ്രിവൻഷൻ ഓഫ് അട്രോസിറ്റി) ആക്ട്, 1989 ന്റെ സെക്ഷൻ 3(1)(xi), (xii) എന്നിവ ബാധകമാവും. അക്കാരണത്താൽ ഇത്ത രം സാഹചര്യത്തിൽ ഡെപ്യൂട്ടി സൂപ്രണ്ടിൽ കുറയാത്ത പദവി യിലുള്ള പൊലീസ് ഓഫീസർക്ക് അന്വേഷണം നടത്താം... ഈ കേസിൽ അത് ഡെപ്യൂട്ടി സൂപ്രണ്ടിൽ കുറയാത്ത പദവിയിലു ള്ള വനിതാ പൊലീസ് ഓഫീസറായിരിക്കണം.

അതിക്രമത്തിന് ഇരയായ കുട്ടികൾക്ക് മതിയായ സുരക്ഷ ഉറപ്പാ ക്കണമെന്നും മൊഴിയെടുക്കുമ്പോൾ ഭീഷണിയോ സമ്മർദ്ദമോ ഉണ്ടാ വുന്നില്ലെന്ന് ഉറപ്പാക്കണമെന്നും കോടതി പറഞ്ഞു. കുട്ടികൾക്ക് കൗൺ സിലിങ് ലഭ്യമാക്കണമെന്നും എസ് സി വിഭാഗത്തിൽ പെട്ടവർക്കും അല്ലാ ത്തവർക്കും വിചാരണ തീരുന്നതിനുമുമ്പായി ഒരു ലക്ഷത്തി ഇരുപതി നായിരം രൂപ വീതം ജില്ലാ കളക്ടർ നഷ്ടപരിഹാരമായി നല്കണമെന്നും കോടതി നിർദ്ദേശിച്ചു. കേസ് രജിസ്റ്റർ ചെയ്യപ്പെട്ട ഉടനേ പ്രത്യേക കോടതി കേസിന്റെ സ്വഭാവം പരിഗണിച്ച് എത്രയും വേഗത്തിൽ അത് പൂർത്തി യാക്കണം. കുട്ടികളുടെ മൊഴിയെടുക്കുന്നത് പ്രത്യേക ശ്രദ്ധയോടെയും

പരിഗണനനയോടെയുമായിരിക്കണം. കുറ്റാരോപിതരായ അദ്ധ്യാപകരെ വിദൂര സ്കൂളുകളിലേക്ക് സ്ഥലംമാറ്റണം. യാതൊരു കാരണവശാലും അവർ പൊതുമ്പു സ്കൂളിലേക്ക് തിരികെ വരാൻ പാടില്ല.

കുട്ടികൾക്കെതിരെ നടന്ന വ്യാപകമായ ലൈംഗിക അതിക്രമങ്ങൾ കോടതി രേഖപ്പെടുത്തുകയും അത് തടയാനുള്ള മാർഗ്ഗങ്ങൾ സ്വീകരിക്കണമെന്ന് നിർദ്ദേശിക്കുകയും ചെയ്തു:

> മധുരൈ ജില്ലാ കളക്ടറോട് മൂന്ന് റിപ്പോർട്ടുകളിൽ നിന്നായി, അതായത് യു നിർമല റാണിയുടെ നേതൃത്വത്തിലുള്ള വസ്തുതാന്വേഷണ സമിതിയുടെ റിപ്പോർട്ട്, ശിശുക്ഷേമ സമിതിയുടെ റിപ്പോർട്ട്, അന്നത്തെ അന്വേഷണ ഉദ്യോഗസ്ഥന് മുമ്പാകെ കുട്ടികളും രക്ഷിതാക്കളും നല്കിയ മൊഴികൾ, എന്നിവയിൽ നിന്നായി എത്ര പെൺകുട്ടികൾ ബാധിക്കപ്പെട്ടുവെന്ന് കണ്ടെത്താനും പ്രാഥമിക റിപ്പോർട്ട് തയ്യാറാക്കാനും കോടതി നിർദ്ദേശിക്കുന്നു.

ഈ വിധിക്ക് ശേഷവും അന്വേഷണം തുടർന്നു. പരാതിപ്പെട്ട ഇരുപത്തിനാല് കുട്ടികൾക്കുമായി ഒന്നാം ഘട്ടത്തിൽ 28,80,000 രൂപ നഷ്ടപരിഹാരമായി നല്കി. തിരിച്ചറിയപ്പെട്ടാൽ അത് ഭാവിയെ ബാധിക്കുമെന്ന് കരുതി പരാതി നല്കാൻ മുന്നോട്ടു വരാത്ത ധാരാളം കുട്ടികൾ ഉള്ളതിനാൽ കോടതി ഇങ്ങനെ പറഞ്ഞു:

> പരാതി തരാൻ മുന്നോട്ടു വരാത്ത കുട്ടികൾ വേറെയും ഉണ്ടാവാം. അങ്ങനെയാണെങ്കിൽ ജില്ല കളക്ടറോട് നേരിട്ട് പരാതി പറയുന്ന പക്ഷം പരാതിയുടെ നിജസ്ഥിതി ഉറപ്പാക്കിയ ശേഷം അവർക്കുകൂടി നഷ്ടപരിഹാരം ലഭ്യമാക്കാനുള്ള നടപടി എടുക്കാവുന്നതാണ്. പ്രഥമദൃഷ്ട്യാ കേസുകൾ എന്തെങ്കിലും ഉണ്ടെങ്കിൽ ജില്ലാ കളക്ടർ അവർക്ക് നഷ്ടപരിഹാരം അനുവദിക്കണം എന്ന് മാത്രമല്ല ആ പരാതികൾ അന്വേഷണ ഉദ്യോഗസ്ഥനെ കൂടുതൽ അന്വേഷണം നടത്താനായി ഏല്പിക്കേണ്ടതാണ്.

ദിവസങ്ങൾ കഴിഞ്ഞാണെങ്കിലും കുട്ടികൾ പരാതി നല്കാനായി മുന്നോട്ട് വരുന്നുണ്ടെങ്കിൽ അവർക്കും നിജസ്ഥിതി പരിശോധിച്ച് നഷ്ടപരിഹാരം നല്കാൻ കോടതി നിർദ്ദേശിച്ചു. ആകെ 66 ലക്ഷം രൂപ സർക്കാർ നഷ്ടപരിഹാരമായി നല്കി. ആ വിധിയോടെ പൊതുമ്പു ഗവൺമെന്റ് ഹൈസ്കൂൾ സാധാരണ നിലയിലേക്ക് മടങ്ങി. ഇപ്പോൾ പെൺകുട്ടികൾ അവിടെ പഠിക്കാൻ പോകുന്നുണ്ട്. നെഹ്റുവിന്റെ സ്വപ്നം തീർച്ചയായും യാഥാർത്ഥ്യമാകണം.

റഫറൻസ്

M Veerasamy vs. State of Tamil Nadu, 2012 (3) CTC 641.

വിശാഖ തുറന്നിട്ട വഴി

ആരാണ് വിശാഖയെന്ന് ചിലരോടെല്ലാം ഞാൻ ചോദിച്ചു. ഒരാൾ പറഞ്ഞത് മൂന്ന് വീട് അപ്പുറമുള്ള താമസക്കാരന്റെ മകളാണ് എന്നാണ്. മറ്റൊരാൾ പറഞ്ഞു അവർക്ക് ക്ഷേത്രത്തിലെ വൈകാശി വിശാഖ ഉത്സവം മാത്രമേ അറിയൂ എന്ന്. ഞാൻ പറയുന്ന വിശാഖ പക്ഷേ, ഒരു എൻ ജി ഒ ആണ്.

ചില സാമൂഹ്യ പ്രവർത്തകർക്കും മറ്റ് ചില സംഘടനകൾക്കും ഒപ്പം സുപ്രീം കോടതിയിൽ ഒരു കേസ് ഫയൽ ചെയ്തു. കേസിന് ആസ്പദമായ സംഭവം ഇതാണ്: 1992 ൽ രാജസ്ഥാനിലെ ഒരു ഗ്രാമത്തിൽ ഒരു സോഷ്യൽ സർവ്വീസ് വർക്കർ കൂട്ട ബലാത്സംഗത്തിന് ഇരയായി. ആ പൊതുതാല്പര്യ ഹർജി പറയുന്നത് കുറ്റക്കാർക്കെതിരെ നടപടി എടുക്കുന്നതുകൊണ്ടു മാത്രമായില്ല, സ്ത്രീകൾക്ക് തൊഴിലിടങ്ങളിൽ കർശനമായ സുരക്ഷ ഉറപ്പാക്കുകകൂടി വേണം എന്നായിരുന്നു. ചീഫ് ജസ്റ്റിസ് ജെ എസ് വർമ്മയുടെ (2012 ഡിസംബർ 16 ന് നടന്ന ഡൽഹി കൂട്ടബലാത്സംഗ കേസിൽ യൂണിയൻ ഗവൺമെന്റ് നിയോഗിച്ച പ്രത്യക കമ്മിറ്റിയെ നയിച്ചത് അദ്ദേഹമാണ്. 2013 ഏപ്രിലിൽ അദ്ദേഹം മരണമടഞ്ഞു) നേതൃത്വത്തിലുള്ള ബഞ്ചിന് മുന്നിലാണ് ഈ കേസ് വന്നത്. സങ്കടകരമായ കാര്യം എന്തെന്നാൽ സ്ത്രീകൾക്ക് തൊഴിലിടങ്ങളിൽ മതിയായ സുരക്ഷ ലഭിക്കുന്നില്ല എന്ന് മാത്രമല്ല, അവർക്കെതിരെ എന്തെങ്കിലും ക്രിമിനൽ അതിക്രമങ്ങൾ ഉണ്ടായാൽ പൊലീസിൽ പരാതിപ്പെടുക മാത്രമായിരുന്നു അവർക്കു മുന്നിലുള്ള ഏകമാർഗ്ഗം. മേലധികാരികളിൽ നിന്ന് ലൈംഗികമായ അതിക്രമങ്ങളോ ഉപദ്രവങ്ങളോ ഉണ്ടാകുന്നപക്ഷം അവരെ സംരക്ഷിക്കാനും കുറ്റക്കാരെ പിടികൂടാനും നിയമങ്ങളൊന്നും നിലവിലില്ലായിരുന്നു. അതുമാത്രമല്ല അച്ചടക്ക നടപടി എടുക്കാനോ വ

കുപ്പുതല നടപടികൾ എടുക്കുന്നതിനോ ചട്ടങ്ങളൊന്നും തന്നെ ഇല്ലായിരുന്നു. സെക്ഷ്വൽ ഹരാസ്മെന്റ് എന്ന വാക്കുകൊണ്ട് എന്താണ് അർത്ഥമാക്കുന്നത് എന്നതിനുതന്നെ കൃത്യതയുണ്ടായിരുന്നില്ല.

1997 ൽ വിശാഖ സ്റ്റേറ്റ് ഓഫ് രാജസ്ഥാൻ കേസിൽ, ഈ വിഷയവുമായി ബന്ധപ്പെട്ട നിയമങ്ങളിലുള്ള കുറവുകൾ സുപ്രീംകോടതി നികത്തി. തൊഴിലിടങ്ങളിലെ ലൈംഗികാതിക്രമങ്ങൾ തടയാൻ പാർലമെന്റ് കൃത്യമായ നിയമം കൊണ്ടുവരുന്നതുവരെ ഈ കോടതി വിധി നിയമമായി നിലനില്ക്കുമെന്ന ചരിത്രപ്രധാനമായ വിധിയാണ് അന്ന് കോടതി പ്രഖ്യാപിച്ചത്. സർക്കാർ, പൊതുമേഖലാ സ്ഥാപനങ്ങൾക്ക് മാത്രമല്ല സ്വകാര്യ സ്ഥാപനങ്ങൾക്കും അത് ബാധകമായിരിക്കുമെന്നും കോടതി പറഞ്ഞു. നിയമത്തിന് മുന്നിൽ സ്ത്രീകൾക്കും പുരുഷന്മാർക്കും തുല്യസ്ഥാനമാണെന്നും സ്ത്രീകൾക്കെതിരായ വിവേചനങ്ങൾ ഉണ്ടാവാൻ പാടില്ലെന്ന് അന്താരാഷ്ട്ര സമ്മേളനങ്ങൾ പോലും പ്രസ്താവിച്ചിട്ടുണ്ടെന്നും കോടതി ചൂണ്ടിക്കാട്ടി. ഭരണഘടനയിലെ മൗലിക കടമകളിൽ സ്ത്രീകളുടെ അന്തസ്സിന് കോട്ടംതട്ടുന്ന എല്ലാത്തരം നടപടികളും തടയപ്പെടണമെന്ന് പറയുന്ന കാര്യവും സൂചിപ്പിക്കപ്പെട്ടു. സെക്ഷ്വൽ ഹരാസ്മെന്റ് എന്നതിനെ സുപ്രീംകോടതി, അസ്വീകാര്യമായ ലൈംഗികോദ്ദേശ്യത്തോടെയുള്ള പെരുമാറ്റം, ശാരീരിക സ്പർശനം, വാക്കാലോ അല്ലാത്തതോ ആയ ലൈംഗികച്ചുവയുള്ള സമ്പർക്കം, ലൈംഗികച്ചുവയുള്ള പരാമർശങ്ങൾ, അശ്ലീല പ്രദർശനം, ലൈംഗിക സ്വഭാവമുള്ള മറ്റ് അസ്വീകാര്യ പെരുമാറ്റങ്ങൾ എന്നിങ്ങനെ വ്യക്തമായി നിർവ്വചിച്ചു. എല്ലാ തൊഴിലുടമകളും തങ്ങളുടെ വനിതാ ജീവനക്കാർ ഉന്നയിക്കുന്ന ലൈംഗികാതിക്രമ പരാതികൾ പരിശോധിക്കാൻ ഒരു സമിതി രൂപീകരിക്കണമെന്നും ഈ കമ്മിറ്റിയിൽ ഭൂരിപക്ഷം അംഗങ്ങളും സ്ത്രീകളായിരിക്കണം എന്നും ഏതെങ്കിലും ഒരു എൻ ജി ഒയുടെ വനിതാ പ്രതിനിധിയെക്കൂടി ഉൾപ്പെടുത്തണമെന്നും പ്രസ്താവിച്ചു. ഈ കമ്മിറ്റി നല്കുന്ന റിപ്പോർട്ട് അനുസരിച്ച് അച്ചടക്ക നടപടികൾ എടുക്കുകയും വേണം.

1997 ലാണ് ഈ വിധി പ്രസ്താവിച്ചതെങ്കിലും 2013 ൽ മാത്രമാണ് ഈ വിഷയത്തിൽ പുതിയ നിയമം ഉണ്ടാക്കിയത്. തമിഴ്നാട്ടിൽ സർക്കാർ വകുപ്പുകളും പൊതുമേഖലാ സ്ഥാപനങ്ങളും സ്വകാര്യ കമ്പനികളും വിശാഖ വിധിയെപ്പറ്റി കേട്ടറിവുപോലും ഇല്ലാത്ത മട്ടിലാണ് പെരുമാറിയത്. ഇനി നമുക്ക് ലൈംഗികാതിക്രമങ്ങൾക്ക് ഇരയായ സ്ത്രീകളുടെ പരാതിയെ ഹൈക്കോടതി എങ്ങനെയാണ് സമീപിച്ചതെന്ന് നോക്കാം. ഇപ്പോഴും സർവ്വീസിൽ തുടരുന്നവരാണ് എന്നതുകൊണ്ട് സ്ത്രീകളുടെ പേര് ഇവിടെ വെളിപ്പെടുത്തുന്നില്ല. 2004 ൽ തേനിയിലെ ജില്ലാ വൈദ്യുതി ബോർഡ് ജീവനക്കാരിയായിരുന്ന ഒരു സ്ത്രീ, അക്കൗണ്ട്സ് സൂപ്രണ്ടിന് എതിരെ ലൈംഗികാതിക്രമ പരാതി നല്കി. പരാതി പരിശോധിച്ച വനിതാ ഓഫീസർ പരാതിയിൽ കഴമ്പുണ്ടെന്ന് കണ്ടെത്തി തുടർ നടപടികൾക്ക് നിർദ്ദേശിച്ചു. ഇതിന്റെ അടിസ്ഥാനത്തിൽ ആ

ഓഫീസറെ സ്ഥലം മാറ്റി. വകുപ്പുതല അന്വേഷണവും നടന്നു. ഓഫീസർ തനിക്കെതിരായുള്ള അച്ചടക്ക നടപടിയെ ചോദ്യം ചെയ്തു. എന്നാൽ ഹൈക്കോടതി[1] അയാളുടെ റിട്ട് ഹർജി തള്ളിക്കളയുകയും വിശാഖ വിധിക്കനുസരിച്ച് അതിന്റെ പെരുമാറ്റച്ചട്ടം പുതുക്കാൻ വൈദ്യുത ബോർഡിനോട് ആവശ്യപ്പെടുകയും ചെയ്തു. അതിക്രമത്തിന് ഇരിയായ സ്ത്രീ കംപ്ലെയിൻസ് കമ്മിറ്റിക്ക് മുമ്പാകെ മൊഴി നല്കിയിട്ടുള്ളതാണെങ്കിൽ വകുപ്പുതല അന്വേഷണത്തിൽ അവർ രണ്ടാമതും മൊഴി നല്കേണ്ടതില്ലെന്നും കോടതി പ്രസ്താവിച്ചു.

1996 ൽ കോയമ്പത്തൂരിൽ സംസ്ഥാന ഗതാഗത വകുപ്പിലെ ഒരു ജൂനിയർ ഗ്രേഡ് അസിസ്റ്റന്റ് ജീവനക്കാരി, സഹപ്രവർത്തകൻ തന്നെ പൊതുവിടത്തിൽ വച്ച് വേശ്യ എന്ന് വിളിച്ച് മർദ്ദിച്ചതായി പരാതിപ്പെട്ടു. അന്വേഷണത്തെ തുടർന്ന് അയാളെ പിരിച്ചുവിട്ടു. പിന്നീട് അയാളുടെ പിടിവാദത്തെ തുടർന്ന് വകുപ്പ് അയാളെ വീണ്ടും ജോലിക്കെടുക്കാൻ തയ്യാറായി. എന്നാൽ തുടക്കക്കാരൻ എന്ന നിലയിൽ ജൂനിയർ ക്ലാർക്കായിട്ടായിരിക്കും നിയമനം. ഇതിനെതിരെ അയാൾ ലേബർ കോടതിയിൽപോയി. ലേബർ കോടതി വിശാഖ വിധി[2] പരിഗണിക്കാതെ പരാതിക്കാരന് വകുപ്പ് നല്കിയ ശിക്ഷ അനുയോജ്യമല്ലെന്നും ഒരു വർഷക്കാലത്തെ ശമ്പളം മോശം പെരുമാറ്റത്തിനുള്ള പിഴയായി ഈടാക്കി അയാളെ തിരിച്ചെടുക്കാനും വിധിച്ചു. എന്നാൽ വകുപ്പ് ഇതിനെതിരെ ഹൈക്കോടതിയിൽ പോയി. ഹൈക്കോടതി, ലേബർ കോടതിയുടെ വിധി റദ്ദാക്കുകയും വിശാഖ വിധിക്ക് വിപരീതമായി പ്രവർത്തിച്ചതിന് അതിനെ ശാസിക്കുകയും ചെയ്തു. ലേബർ കോടതിയുടെ വിധിയിൽ ഇടപെടൽ ആവശ്യമുണ്ടെന്നും രണ്ടാം എതിർകക്ഷിയുടെ പെരുമാറ്റ ദൂഷ്യത്തിന്റെ സ്വഭാവത്തെപ്പറ്റി ഒരു ചർച്ച പോലുമില്ലാതെ വളരെ ലഘുവായ മട്ടിലാണ് വിധി പ്രസ്താവിച്ചിട്ടുള്ളതെന്നും അതിനാൽ റിട്ട് ഹർജി അനുവദിക്കുകയും ലേബർ കോടതിയുടെ ശിക്ഷാവിധി റദ്ദാക്കുകയും ചെയ്യുന്നുവെന്നും ഹൈക്കോടതി വിധിയിൽ പറയുന്നു.

1996 ൽ ട്രിച്ചിയിൽ ആശ്രിത നിയമനം വഴി(അവരുടെ പിതാവ് മരിച്ചു പോവുകയും അമ്മയുടെയും മറ്റു മൂന്നു സഹോദരങ്ങളുടെയും ഉത്തരവാദിത്വം ഏറ്റെടുക്കേണ്ടി വരികയും ചെയ്ത സാഹചര്യത്തിൽ) ജൂനിയർ ഗ്രേഡ് അസിസ്റ്റന്റ് തസ്തികയിൽ പ്രവേശിച്ച യുവതി ഒരു പരാതി ഉന്നയിച്ചു. അഗ്നിശമന വിഭാഗത്തിലെ സൂപ്പർവൈസർ നിരന്തരമായി അയാൾക്കൊപ്പം സിനിമയ്ക്ക് ചെല്ലാനും ഓഫീസ് സമയത്തിനുശേഷം അയാളുടെ മുറിയിലേക്ക് ചെല്ലാനും ആവശ്യപ്പെട്ടുകൊണ്ടിരിക്കുന്നതായിട്ടായിരുന്നു പരാതി. അതുവരെ അന്വേഷണത്തിനായി വിശാഖ കമ്മിറ്റി രൂപീകരിച്ചിട്ടില്ലാതിരുന്ന വകുപ്പ്, പരാതിക്കാരിക്കെതിരെ അച്ചടക്ക നടപടി സ്വീകരിക്കുകയും ഒരു വർഷത്തെ വേതനം പിഴയായി ചുമത്താൻ ഉത്തരവിടുകയും ചെയ്തു.

ഈ വിഷയം ഹൈക്കോടതിക്ക് മുന്നിലെത്തി. കോടതി, ആവ

ശ്യമായ അന്വേഷണം നടത്താതിരുന്നതിന് വകുപ്പിനെ ശകാരിക്കുകയും അതിന്റെ ഉത്തരവ് റദ്ദാക്കുകയും വിശാഖ കമ്മിറ്റി[3] രൂപീകരിച്ച് വേണ്ട വിധത്തിൽ പരാതി പരിശോധിക്കാൻ നിർദ്ദേശിക്കുകയും ചെയ്തു. വാദി പ്രതിയും പ്രതി വാദിയുമായി മാറിയ ഒരു ക്ലാസിക് കേസാണ് ഇതെന്ന് കോടതി ചൂണ്ടിക്കാണിച്ചു.

1999 ലെ അപ്പാരൽ എക്സ്പോർട്ട് പ്രമോഷൻ കൗൺസിൽ vs. എ കെ ചോപ്ര കേസ് കോടതി പരിഗണിച്ചു. അതിൽ, എല്ലാ ഭരണ സംവിധാനങ്ങളോടും സ്ത്രീകളുടെ അന്തസ്സും അഭിമാനവും സംരക്ഷിക്കുന്നതിനൊപ്പം അവർക്കെതിരായുള്ള എല്ലാത്തരം വിവേചനങ്ങളെയും തടയുന്നതിനുള്ള മാർഗ്ഗങ്ങൾ സ്വീകരിക്കുകയും വേണം എന്നാവശ്യപ്പെടുന്ന ഇ ഡി എ ഡബ്ല്യൂ (EDAW), 1979 (സ്ത്രീകൾക്ക് എതിരായുള്ള എല്ലാത്തരം വിവേചനങ്ങളും നിർമ്മാർജ്ജനം ചെയ്യാനുള്ള ഉടമ്പടി), ബീജിങ് പ്രഖ്യാപനം തുടങ്ങിയ അന്താരാഷ്ട്ര രേഖകൾ പരാമർശിക്കുന്നുണ്ട്. ഇത് കണക്കിലെടുത്ത് കോടതി ഉത്തരവിട്ടു:

> ഹർജിക്കാരി നല്കിയ പരാതി എതിർകക്ഷി ചെയ്തതുപോലെ നിസ്സാരമായി തള്ളാൻ കഴിയുന്നതല്ല. ആയതിനാൽ എതിർകക്ഷിയോട് വിശാഖ കേസിന്റെ വെളിച്ചത്തിൽ ഒരു കമ്മിറ്റി രൂപീകരിക്കാൻ കോടതി നിർദ്ദേശിക്കുന്നു. എതിർകക്ഷികൾ, പരാതിക്കാരിയെ പ്രതിയാക്കുക വഴി നടപടിക്രമങ്ങൾ കീഴ്മേൽമറിച്ചിരിക്കുന്നതിനാൽ ഹർജിക്കാരിക്ക് നല്കിയിട്ടുള്ള ശിക്ഷ റദ്ദാക്കുന്നു.

കടലൂർ തൊഴിൽ വകുപ്പിൽ ടൈപ്പിസ്റ്റായി ജോലിനോക്കി വന്നിരുന്ന ഒരു സ്ത്രീ സഹപ്രവർത്തകൻ മോശമായി പെരുമാറുന്നുവെന്നും പൊതുമദ്ധ്യത്തിൽ ലൈംഗികമായി അധിക്ഷേപിക്കുന്നുവെന്നും പരാതിപ്പെട്ടു. എന്നാൽ ഈ വിഷയം അന്വേഷിക്കാൻ അധികാരികൾ വിശാഖ കമ്മിറ്റി രൂപീകരിക്കുകയുണ്ടായില്ല. പകരം 1999 ൽ അവർ പരാതിക്കാരിക്കെതിരെ വകുപ്പുതല അന്വേഷണം നടത്തി അവരുടെ വാർഷി ഇൻക്രിമെന്റ് തടഞ്ഞുവയ്ക്കുകയും പ്രശ്നങ്ങളുണ്ടാക്കുന്നു എന്ന കാരണം പറഞ്ഞ് കടലൂരിന് വെളിയിലേക്ക് സ്ഥലംമാറ്റുകയും ചെയ്തു. ഈ തീരുമാനങ്ങൾക്കെതിരെ അവർ ഹൈക്കോടതിയിലെത്തി. വിശാഖ കേസ് പിന്തുടരാത്ത സ്വകാര്യ സ്ഥാപനങ്ങൾക്കെതിരെ നടപടിയെടുക്കുന്നതിന് പകരം വിശാഖ തത്ത്വങ്ങൾക്ക് ഘടകവിരുദ്ധമായി പ്രവർത്തിച്ച തൊഴിൽ വകുപ്പ് നടപടി കോടതി ചോദ്യം ചെയ്തു.

> പരാതിയും അതിന് എതിർ പരാതിയും ഉണ്ടാവുകയും എതിർ പരാതി ലൈംഗിക അതിക്രമ വിഷയം ഉയർത്തുകയും ചെയ്താൽ, വിശാഖ കേസുമായി ബന്ധപ്പെട്ട് സുപ്രീം കോടതി നടത്തിയിരിക്കുന്ന മാർഗ്ഗ നിർദ്ദേശങ്ങൾക്ക് അനുസരിച്ച് അന്വേഷണം നടത്തേണ്ടത് എതിർ കക്ഷികളിൽ നിക്ഷിപ്തമായിരിക്കുന്ന ഉത്തര

> വാദിത്വമാണ്. അവരുടെ പരാതി മുൻ പരാതിയുടെ അനന്തര ചിന്തയാണെന്നോ അതിനെതിരായി കെട്ടിച്ചമച്ചതാണെന്നോ പറയാൻ പാടുള്ളതല്ല.

ഹൈക്കോടതി ശിക്ഷ റദ്ദാക്കുകയും പുരുഷ ജീവനക്കാരനെതിരേ വിശാഖ കേസിന്റെ അടിസ്ഥാനത്തിൽ അന്വേഷണം നടത്താൻ ആവശ്യപ്പെടുകയും ചെയ്തു.[4]

ഹോസുറിലെ ഒരു സ്വകാര്യ കമ്പനിയിലെ സംഭവം വിചിത്രമായിരുന്നു. അത്യാവശ്യമായി വീട്ടിലെത്തേണ്ടിയിരുന്ന ഒരു ജീവനക്കാരി ഒരു ജീവനക്കാരനോട് ലിഫ്റ്റ് ചോദിച്ചു. ഈ അവസരം ദുരപയോഗം ചെയ്ത ജീവനക്കാരൻ സ്കൂട്ടർ ഓടിക്കുന്നതിനിടയിൽ തന്നെ ജീവനക്കാരിയോട് മോശമായി പെരുമാറി. തൊഴിലാളി യൂണിയനിലെ പ്രധാനിയായിരുന്നു അയാൾ. തൊഴിലുടമ ജീവനക്കാരിയുടെ പരാതി പരിശോധിച്ച് ആരോപിതനായ ജീവനക്കാരനെതിരെ അച്ചടക്ക നടപടിയെടുക്കാൻ നിർദ്ദേശിച്ചു. കുറ്റക്കാരനെന്ന് കണ്ടെത്തിയ അയാളെ ജോലിയിൽ നിന്ന് പുറത്താക്കി. അയാൾ ലേബർ കോടതിയിൽ പോയി. ലേബർ കോടതി തെളിവുകൾ വേണ്ടവിധം കണക്കിലെടുക്കാതെ അയാളെ ജോലിയിൽ തിരിച്ചെടുക്കാൻ ഉത്തരവിട്ടു. മാനേജ്മെന്റ് ഹൈക്കോടതിയെ സമീപിച്ചു. തന്റെ യൂണിയൻ പ്രവർത്തനങ്ങളോടുള്ള നീരസം കാരണം മാനേജ്മെന്റ് ഇപ്രകാരം പ്രവർത്തിക്കുന്നതാണെന്നും പരാതിക്കാരി അവരുടെ കൈകളിലെ പാവയാണെന്നും ജീവനക്കാരൻ വാദിച്ചു. എന്നാൽ പരാതിക്കാരി വകുപ്പുതല അന്വേഷണത്തിൽ രേഖപ്പെടുത്തിയിട്ടുള്ള വ്യക്തമായ തെളിവുകൾ പരിഗണിച്ച് കോടതി ലേബർ കോടതിയുടെ വിധി റദ്ദാക്കി.[5] അതൊടൊപ്പം ചില കാര്യങ്ങൾ എടുത്തു പറഞ്ഞു:

> ലേബർ കോടതിയുടെ വിധി കോടതിക്ക് അംഗീകരിക്കാവുന്നതല്ല. ലേബർ കോടതിയുടെ വിധിയിൽ ഇടപെടൽ ആവശ്യവുമാണ്. ജീവനക്കാരനെതിരേ സമർപ്പിച്ചിരുന്ന തെളിവുകൾ അയാളുടെ പെരുമാറ്റ ദൂഷ്യത്തെ പൂർണ്ണമായും സാക്ഷ്യപ്പെടുത്തുന്നതായതിനാൽ ശിക്ഷയുടെ കാഠിന്യത്തിൽ പുനർവിചിന്തനം ആവശ്യമായി വരുന്നില്ല. ശിക്ഷ ആനുപാതികമാണോ എന്ന കാര്യത്തിലും ഇടപെടൽ ആവശ്യമില്ല.

ചില ഓഫീസർമാർക്ക് എതിരായി ഒരു ജീവനക്കാരി ഉയർത്തിയ ലൈംഗികാതിക്രമ പരാതി കൃത്രിമമാണെന്നാരോപിച്ച് ഈറോഡ് വൈദ്യുതി ബോർഡ് ആ ജീവനക്കാരിക്കെതിരേ അന്വേഷണത്തിന് ഉത്തരവിട്ടു. വി ഗോവിന്ദരാജ് VS ദ സൂപ്രണ്ട് എഞ്ചിനീയർ, തമിഴ്നാട് വൈദ്യുതി വിതരണ സർക്കിൾ, തേനി & ഒ ആർ എസ് (2007) കേസിൽ മദ്രാസ് ഹൈക്കോടതി പറഞ്ഞു: പരാതിക്കാരിക്കെതിരെ നടപടി എടുക്കുകയാണെങ്കിൽ അത് മറ്റു സ്ത്രീകളെ പരാതിപ്പെടുന്നതിൽനിന്ന് നി

രുത്സാഹപ്പെടുത്തിയേക്കാം. അത് വനിതാ ജീവനക്കാരുടെ അവകാശങ്ങളെ ഹനിക്കുന്നതാണ്. സ്ത്രീക്കെതിരെ വകുപ്പ് നല്കിയ പരാതി കോടതി റദ്ദ് ചെയ്തു.

വിശാഖ വിധിയെ അടിസ്ഥാനമാക്കി വിവിധ തരത്തിലുള്ള ധാരാളം കേസുകൾ കോടതിയിൽ എത്തുന്നത് നിങ്ങൾക്ക് കാണാം. മുകളിൽ പറഞ്ഞിരിക്കുന്ന കേസുകൾ പരിശോധിച്ചാൽ അവയിൽ ഭൂരിഭാഗവും സ്ത്രീകൾ പരാതിപ്പെടുമ്പോൾ മറ്റെല്ലാവരും അവർക്കു നേരേ തിരിയുകയും അവരെ കുറ്റക്കാരാക്കുകയും ചെയ്യുന്നതു കാണാം.

2013 ൽ പാർലമെന്റ് പാസാക്കിയ പുതിയ നിയമം, സെക്ഷ്വൽ ഹരാസ്മെന്റ് ഓഫ് വിമെൻ അറ്റ് വർക്പ്ലേസ്(പ്രിവെൻഷൻ, പ്രൊഹിബിഷൻ, റിഡ്രെസ്സൽ) ആക്ട്, 2013 (തൊഴിലിടങ്ങളിലെ സ്ത്രീകൾക്കെതിരായ അതിക്രമങ്ങൾ തടയുന്ന നിയമം) കുറച്ച് മാറ്റങ്ങൾ കൊണ്ടുവന്നു. കംപ്ലയ്ൻസ് കമ്മറ്റിയുടെ തീരുമാനത്തിന് എതിരായി ട്രിബ്യൂണലിൽ അപ്പീൽ പോകാനുള്ള വ്യവസ്ഥ അതിലുണ്ട്. പരാതിക്കാർക്ക് ഒത്തുതീർപ്പിൽ എത്താനും കൃത്രിമ പരാതി നല്കുന്നവർക്കുമേൽ നടപടി എടുക്കാനും വകുപ്പുകളുണ്ട്. ഈ നിയമ പ്രകാരം സ്ഥിരം ജീവനക്കാർക്ക് മാത്രമല്ല പരാതി നല്കാൻ കഴിയുക, കരാർ അടിസ്ഥാനത്തിൽ ജോലിചെയ്യുന്നവരെയും ജോലി തേടി തൊഴിലിടങ്ങളിൽ എത്തുന്നവരെയും നിയമം പരിഗണിക്കുന്നുണ്ട്. പുതിയ നിയമം വിശാഖ വിധിയുടെ ലക്ഷ്യത്തെ കുറേക്കൂടി വിശാലമാക്കുന്നു എന്നത് വളരെ നല്ല വാർത്തയാണ്. അതേസമയം അത് കെട്ടിച്ചമച്ച ആരോപണങ്ങൾക്ക് താക്കീതും നല്കുന്നുണ്ട്.

റഫറൻസ്

1. V Govindaraj vs. The Superintendent Engineer, Tamil Nadu Electricity Distribution Circle, Theni, and Ors, W P (MD) No. 4638 of 2004, dt.26.07.2007.
2. The Management of Tamil Nadu State Transport Corporation vs. The Presiding Officer, Labour Court, Salem, W P No. 15588 of 1998, dt.27.1.2009.
3. S Chitra vs. The Director of Fire Services, W P No.37598 of 2006, dt.30.09.2009.
4. Smt. V Barani vs. Inspector of Labour, W P Nos.6755 and 6756 of 2007, dt.05.04.2010.
5. The Management of Hirsch Watch Straps (p) Ltd, Hosur vs. The Presiding Officer, Labour Court, Salem, W P No. 37091 of 2003, dt.07.06.2011.

ഉയിർത്തെഴുന്നേറ്റ മരണമൊഴി

എല്ലാവർഷവും കൂവാകം തിരുവിഴ (ഉത്സവം) യിൽ, അറവാണി കൾ(ട്രാൻസ് വുമൺ) അറവാൻ പ്രതിഷ്ഠയുടെ മുന്നിൽ താലി ഊരി മാറ്റി സ്വയം വിധവകളായി കണ്ട് അറവാന്റെ മരണത്തിൽ ദു:ഖമാചരി ക്കുന്ന സങ്കടകരമായ ചടങ്ങ് നാം കാണാറുണ്ട്. ഇനി നമ്മൾ കാണാൻ പോകുന്നത് ഒരു ട്രാൻസ് വുമണിന്റെ (അറവാണി) മരണവും ട്രാൻസ് കമ്യൂണിറ്റി അഭിമുഖീകരിക്കുന്ന ക്രൂരതകളുമാണ്.

ചെന്നൈ, വ്യാസർപാടിയിൽ പച്ചക്കറി കടയിൽ സഹായിയായി രുന്നു പാണ്ടിയൻ. അയാൾക്ക് ശരൺരാജ് എന്നൊരു സുഹൃത്തുണ്ടാ യിരുന്നു. 2006 മെയ് ഒന്നാം തീയതി പൊലീസ് പാണ്ടിയന്റെ വീട്ടിൽ വന്നു. ഒരു കവർച്ചക്കേസിൽ ശരൺരാജിനെ അന്വേഷിക്കുന്നതുമായി ബന്ധപ്പെട്ടാണ് അവർ വന്നത്. അവർ പാണ്ടിയനെ ചോദ്യം ചെയ്യാനായി സ്റ്റേഷനിലേക്ക് കൊണ്ടുപോയി. ശരൺരാജിനെക്കുറിച്ചുള്ള വിവരങ്ങൾ കിട്ടിക്കഴിഞ്ഞാൽ വിട്ടയയ്ക്കും എന്നാണ് വീട്ടുകാരോട് പറഞ്ഞത്. അവ രുടെ കസ്റ്റഡിയിൽ ഇരിക്കുമ്പോൾ അയാളെ നാല് ദിവസം എഗ്മൂർ മജിസ്ട്രേറ്റ് കോടതിയിൽ ഹാജരാക്കി. കവർച്ചക്കേസിൽ പ്രതിയാക്കി ഹാജരാക്കിയതിനാൽ കോടതി അയാളെ തുടരന്വേഷണങ്ങൾക്കായി പതിനഞ്ച് ദിവസത്തേക്ക് കൂടി റിമാന്റ് ചെയ്യുകയും ചെന്നൈ സെൻ ട്രൽ ജയിലിലേക്ക് അയയ്ക്കുകയും ചെയ്തു. അവിടെ നിന്നാണ് പാ ണ്ടിയൻ എന്ന അറവാണിയുടെ ദുരിതങ്ങളുടെ ആരംഭം.

ജയിലിൽ എത്തിയപാടേ തന്നെ മറ്റു ചില തടവുകാർ പാണ്ടിയനെ കഠിനമായ ലൈംഗിക അതിക്രമങ്ങൾക്ക് ഇരയാക്കാൻ ആരംഭിച്ചു. ദിവസ ങ്ങളോളം അവർ അയാളെ പ്രകൃതിവിരുദ്ധ ലൈംഗികതയ്ക്ക് വിധേയ നാക്കി. വേദനകൊണ്ട് പാണ്ടിയൻ നിലവിളിച്ചുകൊണ്ടിരുന്നു. ജയിലിൽ

തന്നെ സന്ദർശിക്കാൻ വന്ന സഹോദരി ജയലക്ഷ്മിയോട് എത്ര പണ ച്ചെലവ് വന്നാലും എങ്ങനെയെങ്കിലും തന്നെ ജാമ്യത്തിൽ ഇറക്കണ മെന്ന് കെഞ്ചി. പതിനെട്ട് വയസ്സ് പോലും തികയാത്ത തന്റെ സഹോദ രൻ (അല്ലെങ്കിൽ സഹോദരി – അങ്ങനെയാണ് പാണ്ടിയൻ സ്വന്തം സ്വത്വ ത്തെ അടയാളപ്പെടുത്തുന്നത്) നേരിടുന്ന ക്രൂരതകൾ കേട്ടറിഞ്ഞ ജയ ലക്ഷ്മി വലിയ തുക കടംവാങ്ങി അഭിഭാഷകനെ ഏല്പിച്ചു. 2006 മെയ് 19 ന് ജാമ്യം അനുവദിക്കപ്പെട്ടു. എല്ലാ ദിവസവും രാവിലെ 10 മണിക്ക് വ്യാസർപാടി പൊലീസ് സ്റ്റേഷനിൽ എത്തി രജിസ്റ്ററിൽ ഒപ്പിടണം എന്ന വ്യവസ്ഥയിലാണ് മജിസ്ട്രേറ്റ് ജാമ്യം അനുവദിച്ചത്. അതോടെ പാണ്ടി യന്റെ യാതനകളുടെ രണ്ടാം ഭാഗം ആരംഭിച്ചു.

പതിനഞ്ച് ദിവസം ജയിലിൽ ലൈംഗിക പീഡനങ്ങൾ സഹിച്ച പാണ്ടിയന് അതേ അതിക്രമത്തിന്റെ തുടർച്ചയാണ് വ്യാസർ പാടി പൊലീസ് സ്റ്റേഷനിൽ അനുഭവിക്കേണ്ടി വന്നത്. ദിവസവും രാവിലെ എട്ട് മണിക്ക് ഒരു പൊലീസുകാരൻ പാണ്ടിയനെ കൂട്ടിക്കൊണ്ട് പോകും. രാത്രി പതിനൊന്ന് മണിവരെ അവർ അയാളെ സ്റ്റേഷനിൽ ഇരുത്തും. അപ്പോൾ അവർ അയാളെ ക്രൂരമായി റേപ് ചെയ്യും. മകൻ രാത്രി വളരെ വൈകി മാത്രം പൊലീസ് സ്റ്റേഷനിൽനിന്നും മടങ്ങിയെത്തുന്നതും തിരിച്ചെത്തുമ്പോഴുള്ള അവന്റെ തളർച്ചയും കണ്ട് അമ്മ കാര്യം അന്വേഷിച്ചെങ്കിലും പാണ്ടിയൻ അമ്മയോട് ഒന്നും പറഞ്ഞില്ല. പകരം സഹോദരി ജയലക്ഷ്മിയോട് താൻ നിരന്തരം നേരിട്ടു കൊണ്ടിരിക്കുന്ന പീഡനങ്ങളെപ്പറ്റി പറഞ്ഞു. പൊലീസ് സ്റ്റേഷനിൽ പരാതി പറയാൻ ചെന്ന അമ്മയെ പൊലീസുകാർ മർദ്ദിച്ചു.

പീഡനങ്ങൾ സഹിക്കവയ്യാതായപ്പോൾ പാണ്ടിയൻ അടുത്ത രണ്ട് ദിവസം സ്റ്റേഷനിൽ പോകാതിരുന്നു. എന്നാൽ ജാമ്യം റദ്ദാക്കുമെന്നും തിരികെ ജയിലിലേക്ക് അയയ്ക്കുമെന്നും പറഞ്ഞ് ഭീഷണിപ്പെടുത്തി പൊലീസുകാർ സ്റ്റേഷനിലേക്ക് ചെല്ലാൻ അയാളെ നിർബ്ബന്ധിച്ചുകൊ ണ്ടിരുന്നു. രണ്ട് നരകങ്ങളിൽ ഏത് തെരഞ്ഞെടുക്കുമെന്നറിയാതെ കു ഴങ്ങിയ പാണ്ടിയൻ ജീവിതം അവസാനിപ്പിക്കാൻ തീരുമാനിച്ചു. 2006 ജൂൺ 12 ന് മണ്ണെണ്ണയുമായി പൊലീസ് സ്റ്റേഷന് മുന്നിലെത്തിയ പാ ണ്ടിയൻ അവിടെവച്ച് സ്വന്തം ശരീരത്തിൽ മണ്ണെണ്ണയൊഴിച്ച് തീ കൊളുത്തി. മുപ്പത്തഞ്ച് ശതമാനം പൊള്ളലോടെ അയാളെ സ്റ്റാൻലി ആശുപത്രിയിൽ പ്രവേശിപ്പിച്ചു. പിന്നീട് അവിടെനിന്നും കീഴ്പാക്കം ആശുപത്രിയുടെ പൊള്ളലേറ്റവർക്കുള്ള വിഭാഗത്തിലേക്ക് മാറ്റി. ഇതു വരെയുള്ള ക്രൂരതകൾകൊണ്ട് മതിയാകാത്ത പൊലീസ് അയാൾക്കെ തിരെ ആത്മഹത്യാ ശ്രമത്തിന് രണ്ടാമത്തെ കേസും രജിസ്റ്റർ ചെയ്തു. പൊലീസുകാർ ആശുപത്രിയിലെത്തി പാണ്ടിയനെക്കൊണ്ട് വെള്ളക്ക ടലാസുകളിൽ ഒപ്പിടുവിക്കാൻ ശ്രമിച്ചു. ആശുപത്രി ജീവനക്കാർ അവരെ പുറത്താക്കി. പതിനേഴ് ദിവസത്തെ ചികിത്സയ്ക്ക് ശേഷം 2006 ജൂൺ 29 ന് പാണ്ടിയൻ മരണത്തിന് കീഴടങ്ങി. മരണസമയത്ത് മെഡിക്കൽ

ഓഫീസറുടെ അഭ്യർത്ഥന പ്രകാരം XXIII മെട്രോപൊളിറ്റൻ മജിസ്ട്രേറ്റ് പാണ്ടിയന്റെ മരണമൊഴി രേഖപ്പെടുത്തി. കോടതി പറഞ്ഞു:

> ഇരുപത്തി മൂന്നാം സാക്ഷിയായി വിസ്തരിക്കുന്ന മെട്രോപൊളിറ്റൻ മജിസ്ട്രേറ്റ് രേഖപ്പെടുത്തിയ മരണമൊഴി, കഴിഞ്ഞ ഒരു മാസമായി പൊലീസുകാർ തന്നെ പീഢിപ്പിച്ചിരുന്നുവെന്ന് മജിസ്ട്രേറ്റിന് മുമ്പാകെ മൊഴികൊടുത്തതായി വ്യക്തമാക്കുന്നതാണ്. പൊലീസുകാർ കള്ളക്കേസെടുക്കുമെന്ന് പറഞ്ഞ് ഭീഷണിപ്പെടുത്തിയിരുന്നതായും കഠിനമായി അധിക്ഷേപിച്ചിരുന്നതായും... അക്കാരണത്താലാണ് മണ്ണെണ്ണയൊഴിച്ച് സ്വയം മരിക്കാൻ തീരുമാനിച്ചതെന്നും അതിൽ പറയുന്നുണ്ട്.

മരണ സമയത്ത് ഒരാൾ നല്കുന്ന മൊഴി സാധാരണ ഗതിയിൽ സത്യമായി തന്നെയാണ് പരിഗണിക്കുക. കാരണം ആ സമയത്ത് ആളുകൾ നുണ പറയാനുള്ള സാദ്ധ്യത കുറവാണ്. ഇന്ത്യൻ എവിഡൻസ് ആക്റ്റ് അത്തരം മൊഴി തെളിവായി സ്വീകരിക്കുന്നത് അംഗീകരിക്കുന്നുണ്ട്. ഇനി നമുക്ക് പാണ്ടിയന്റെ മരണമൊഴിയുടെ പ്രാധാന്യം നോക്കാം. പാണ്ടിയന് നേരേ നടന്ന ലൈംഗിക അതിക്രമത്തിനെ പറ്റിയോ അയാളുടെ ആത്മഹത്യാ ശ്രമത്തെപ്പറ്റിയോ തെളിവുകൾ നല്കാൻ ആരും മുന്നോട്ടുവന്നില്ല. സത്യം പറയാൻ ആരുമുണ്ടായിരുന്നില്ല. 2006 നവംബറിൽ, പാണ്ടിയന്റെ മരണത്തിന് നഷ്ടപരിഹാരം ലഭിക്കണമെന്നും സംഭവത്തിൽ കോൺസ്റ്റബിൾമാരായ കുമാർ രവി, സമ്പത്ത്, ഇൻസ്പെക്ടർ ചിന്ന പാണ്ടിയൻ, തിരുനാവക്കരസു, സ്റ്റേഷൻ റൈറ്റർ രാജേന്ദ്രൻ എന്നിവർക്കെതിരെ അന്വേഷണം വേണമെന്നും ആവശ്യപ്പെട്ട് പാണ്ടിയന്റെ സഹോദരി ജയലക്ഷ്മി ഒരു കേസ് ഫയൽ ചെയ്തു. ഡിവിഷൻ ബഞ്ച് കേസ് പരിഗണിക്കുകയും സ്റ്റേറ്റിനോട് കൗണ്ടർ ഫയൽ ചെയ്യാൻ ആവശ്യപ്പെടുകയും ചെയ്തു. 2006 നവംബർ 10 ന് *നവീന നെട്രിക്കൺ* എന്ന മാസിക, ഒരു ട്രാൻസ്ജെന്റർ ആണെന്നതുകൊണ്ട് പാണ്ടിയന് പൊലീസ് സ്റ്റേഷനിൽ നേരിടേണ്ടിവന്ന അതിക്രമങ്ങളെപ്പറ്റി ഒരു ലേഖനം പ്രസിദ്ധീകരിച്ചു. ലേഖനത്തിൽ മരണമൊഴി പൂഴ്ത്തിവയ്ക്കാൻ പൊലീസ് ശ്രമിക്കുന്നതായി പറയുന്നതിനാൽ ലഭ്യമായ വിവരങ്ങളും വിശദാംശങ്ങളും കോടതിയിൽ സമർപ്പിക്കാൻ ഹൈക്കോടതി എഡിറ്ററോട് ആവശ്യപ്പെട്ടു. മനഃപൂർവ്വം പൂഴ്ത്തിവച്ചു എന്ന ആരോപണം പൊലീസ് നിഷേധിച്ചു. അങ്ങനെയൊന്നും സംഭവിച്ചിട്ടില്ലെന്ന് അവർ പറഞ്ഞു. പരസ്പര വിരുദ്ധമായ ഭാഷ്യങ്ങൾ വന്നതിനാൽ ഇതിന്മേൽ ഒരു ജില്ലാ ജഡ്ജി അന്വേഷണം നടത്താൻ കോടതി ഉത്തരവിട്ടു. ഹൈക്കോടതി രജിസ്ട്രാർ (വിജിലൻസ്) സെൽവി മാല (ഇവർ പിന്നീട് മദ്രാസ് ഹൈക്കോടതി ജഡ്ജിയായി) യെ അന്വേഷണ ചുമതല ഏല്പിച്ചു. നാല്പത്തിയാറ് സാക്ഷികളിൽനിന്നും മൊഴിയെടുത്ത ശേഷം 2007 ഫെബ്രുവരി 16 ന് അവർ തന്റെ റിപ്പോർട്ട് സമർപ്പിച്ചു.

പൊലീസ് നടത്തിയ ലൈംഗിക അതിക്രമങ്ങൾ കാരണമാണ് പാണ്ടിയൻ പൊലീസ് സ്റ്റേഷൻ പരിസരത്ത് ആത്മഹത്യ ചെയ്തത് എന്ന് റിപ്പോർട്ട് പറഞ്ഞു. അന്വേഷണത്തെ തുടർന്ന് 2007 ജൂലായ് 10 ന് ഹൈക്കോടതി വിധി പ്രഖ്യാപിച്ചു. ലൈംഗിക അതിക്രമം തെളിയിക്കപ്പെട്ടിരിക്കുന്നതായി വിധിയിൽ പറയുന്നു:

> നാല് മുതൽ എട്ട് വരെ എതിർകക്ഷികൾ, ഹർജിക്കാരിയുടെ സഹോദരൻ പാണ്ടിയന്റെ ശരീരത്തിൽ മനുഷ്യത്വത്തിനുനിരക്കാത്ത ക്രൂരമായ അതിക്രമങ്ങൾ നടത്തിയെന്നതിന് മതിയായ തെളിവുകൾ ലഭ്യമാണ്. അത് മനുഷ്യാവകാശ ലംഘനമാണെന്ന് മാത്രമല്ല, പൊതുജന താല്പര്യം സംരക്ഷിക്കേണ്ട, നാലുമുതൽ എട്ടുവരെ എതിർകക്ഷികളായ പൊലീസുകാരിൽനിന്നും ഒരുതരത്തിലും പ്രതീക്ഷിക്കാവുന്നതുമല്ല.

അഞ്ച് പൊലീസുകാർക്കുമെതിരെ വകുപ്പുതല അന്വേഷണം നടത്താൻ കോടതി നിർദ്ദേശിച്ചു. മരിച്ച പാണ്ടിയന്റെ കുടുംബത്തിന് അഞ്ച് ലക്ഷം രൂപ നഷ്ടപരിഹാരമായി അനുവദിച്ചു. നഷ്ടപരിഹാരം സംസ്ഥാന സർക്കാർ നല്കണം. കുറ്റക്കാരായ പൊലീസുകാരുടെ ശമ്പളത്തിൽനിന്നും ആ തുക പിടിക്കാൻ കോടതി അനുവദിച്ചു. മജിസ്ട്രേറ്റ് രേഖപ്പെടുത്തിയ മരണമൊഴിയാണ് ഈ കേസ് തെളിയാൻ ഏറ്റവും കൂടുതൽ സഹായിച്ച ഘടകം. നവംബർ 18 ന് ആരംഭിച്ച നിയമ നടപടികൾ എട്ടുമാസം പിന്നിട്ട് 2007 ജൂലായിൽ അവസാനിച്ചു. ഇക്കാര്യത്തിൽ ഹൈക്കോടതിയെ അഭിനന്ദിക്കേണ്ടതാണ്. രണ്ട് സുപ്രീം കോടതി വിധികൾ ഈ വിധിയിൽ ഉദ്ധരിക്കപ്പെട്ടിട്ടുണ്ട്.

1. Rudul Sah vs. State of Bihar (1983)
പരമാധികാര പരിരക്ഷ എന്ന പ്രതിരോധം അപ്രായോഗികവും മൗലികാവകാശങ്ങൾ ഉറപ്പുവരുത്തുക എന്ന സങ്കല്പത്തിൽ നിന്ന് അന്യമായിരിക്കുകയും ചെയ്യുന്നിടത്തോളം ഭരണഘടനാപരമായ പ്രതിവധി തേടുന്ന അവസരത്തിൽ പരമാധികാര പരിരക്ഷ എന്ന പ്രതിരോധത്തിന് സ്ഥാനമേയില്ല.
ഒരു സർക്കാർ ഉദ്യോഗസ്ഥൻ അയാളുടെ ജോലിയുടെ ഭാഗമായി നടത്തിയ ഏതെങ്കിലും ഒരു പ്രവൃത്തിയെ ന്യായീകരിക്കുന്നതിനായി പരമാധികാര പരിരക്ഷ (Sovereign immunity) അവകാശപ്പെടുന്ന സന്ദർഭങ്ങളെ സംബന്ധിച്ചാണ് ഇത്.

2. Munshi Singh Gautham (dead) and others vs. State of Madhyapradesh (2005)
നിയമവാഴ്ച നിലനില്ക്കുന്ന ഒരു പരിഷ്കൃത സമൂഹത്തിൽ പൊലീസ് കസ്റ്റഡിയിൽ നടക്കുന്ന മരണമെന്നത് ഏറ്റവും നികൃ

ഷ്ടമായ കുറ്റകൃത്യങ്ങളുടെ ഗണത്തിൽ പെടുന്നതാണെന്നും അച്ചടക്കമുള്ള പരിഷ്കൃത സമൂഹത്തിന് അതൊരു ഗൗരവകരമായ ഭീഷണിയാണെന്നുമുള്ള വസ്തുത കോടതികൾ കാണാതിരുന്നുകൂട. കസ്റ്റഡിയിലെ അതിക്രമം എന്നത് ഭരണഘടന ഉറപ്പാക്കുന്ന അടിസ്ഥാന അവകാശങ്ങളുടെ ലംഘനവും മനുഷ്യന്റെ അന്തസ്സിന് നേർക്കുള്ള അവഹേളനവുമാണ്.

കേസ് അട്ടിമറിക്കാനുള്ള പൊലീസുകാരുടെ ശ്രമം പരാജയപ്പെടുത്തിയ, ആശുപത്രി ജീവനക്കാരുടെയും ഡോക്ടർമാരുടെയും ജാഗ്രതയും ധാർമ്മികതയും അഭിനന്ദനാർഹമാണ്. ലിംഗമാറ്റ ശസ്ത്രക്രിയയ്ക്ക് വിധേയരാകുന്നവരുടെ പുനരധിവാസത്തിനായി സ്റ്റേറ്റ് മുൻകൈ എടുത്തു തുടങ്ങിയ ഈ കാലഘട്ടത്തിൽ അവർക്കെതിരെ നടക്കുന്ന ലൈംഗിക അതിക്രമങ്ങളെക്കുറിച്ച് സമൂഹം ചിന്തിക്കേണ്ടതാണ്. ഓരോ വർഷവും കൂവാകത്തിന് വന്നെത്തുന്ന ആൾക്കൂട്ടത്തിൽ നിന്നും പ്രതിധ്വനിക്കുന്നതും ഇതേ ദുരിതങ്ങളുടെ കഥകളാണ്.

റഫറൻസ്

Jayalakshmi vs. State of Tamil Nadu, 2007 (2) MLJ (Crl) 453 Mad = 2007 (4) MLJ 849.

മതബോധവും
മതവിശ്വാസത്തിനുള്ള അവകാശവും

പിന്നെയക്കാൾ

ദൈവങ്ങളിൽ സ്ത്രീകളും പുരുഷന്മാരുമുണ്ട്. എന്നാൽ അവരെ പൂജിക്കാൻ പുരുഷന്മാർക്ക് മാത്രം അനുവാദം കൊടുക്കുന്ന ചട്ടങ്ങൾ വല്ലതുമുണ്ടോ?

സ്വന്തം കുടുംബത്തെയും ബന്ധുക്കളെയും ഒരു ഗ്രാമത്തെ തന്നെയും തനിക്കെതിരാക്കിക്കൊണ്ട്, ക്ഷേത്രത്തിലെ പൂജയ്ക്കുള്ള അവകാശത്തിനായി പോരാടിയ പിന്നെയക്കാളിന്റെ കഥ നമുക്കിനി നോക്കാം.

നല്ലുത്തേവൻപട്ടി, തമിഴ്നാട്ടിലെ മധുര ജില്ലയിലെ ഉസലാംപട്ടി താലൂക്കിലെ ചെറിയൊരു ഗ്രാമമാണ്. പിന്ന തേവരാണ് അവിടുത്തെ ദുർഗ്ഗാക്ഷേത്രത്തിലെ പൂജ നടത്തിയിരുന്നത്. തലമുറകളായി അവരുടെ കുടുംബമാണ് ക്ഷേത്രകാര്യങ്ങൾ നടത്തിവന്നത്. 2004 ൽ പിന്ന തേവർ മകളോട് ഇനി പൂജയും കാര്യങ്ങളും നോക്കി നടത്തേണ്ടത് അവളുടെ ചുമതലയാണെന്ന് പറഞ്ഞു. ചെറുപ്പം മുതൽ ക്ഷേത്ര കാര്യങ്ങളിൽ അച്ഛനൊപ്പം ഉണ്ടായിരുന്നതുകൊണ്ട് പിന്നെയക്കാളിന് പൂജയും വിധികളും എല്ലാം മനഃപ്പാഠമായിരുന്നു. 2006 ൽ പിതാവ് മരിക്കുന്നതോടെയാണ് പ്രശ്നങ്ങൾ ആരംഭിക്കുന്നത്. പിന്ന തേവരുടെ സഹോദരൻ ഗുരുനാഥന്റെ മക്കൾ ക്ഷേത്രത്തിലെ പൂജ പുരുഷന്മാർക്ക് മാത്രമേ ചെയ്യാൻ കഴിയൂ എന്നും ആയതിനാൽ പിന്ന തേവരുടെ അനന്തരക്കാരിലെ പുരുഷന്മാർ എന്ന നിലയിൽ തങ്ങൾക്കാണ് പൂജയ്ക്കുള്ള അവകാശമെന്നും തർക്കിച്ചു. പിന്നെയക്കാൾ ഉസലംപട്ടി മുൻസിഫ് കോടതിയിൽ കേസ് ഫയൽ ചെയ്തു.

സിവിൽ കേസിന് തീർപ്പാകുന്നതിന് മുന്നേതന്നെ, സ്ത്രീകൾക്ക് ക്ഷേത്ര പൂജാരിയാകാൻ പാടുണ്ടോ ഇല്ലയോ എന്ന തർക്കത്തിൽ ഗ്രാമം

യുദ്ധക്കളമായി മാറി. സ്ഥിതിഗതികൾ വഷളായതോടെ ഉസലാംപട്ടി തഹസിൽദാർക്ക് ഇടപെടേണ്ടിവന്നു. ഗ്രാമപ്രമുഖരുടെ നേതൃത്വത്തിൽ യോഗം വിളിച്ചുകൂട്ടി. എൺപത്തിയൊമ്പത് ശതമാനം ഗ്രാമവാസികളും പിന്നെയക്കാളിന്റെ സഹോദരന്മാർക്കാണ് പൂജയുടെ അവകാശം എന്ന് അഭിപ്രായപ്പെടുന്നവരായിരുന്നു. വടുഗപ്പട്ടി, നല്ലുത്തേവൻപട്ടി, പോത്തംപട്ടി എന്നീ മൂന്ന് മുനിസിപ്പാലിറ്റികളിലെ ഗ്രാമവാസികളുടെ പ്രതിനിധികൾ തമ്മിൽ എത്തിയ സമവായം അതായിരുന്നു.

ക്രമസമാധാനത്തിന് ഭീഷണിയായ സാഹചര്യം നിലനില്ക്കുന്ന പക്ഷം റവന്യൂ അധികാരികൾക്ക് അതിൽ ഇടപെടാവുന്നതാണ്. ക്രിമിനൽ പ്രൊസീജിയർ കോഡ്, തഹസിൽദാറെയും റവന്യൂ ഡിവിഷണൽ ഓഫീസറെയും ജില്ലാ കളക്ടറെയും എക്സിക്യൂട്ടീവ് മജിസ്ട്രേറ്റായി പരിഗണിക്കുന്നുണ്ട്. ക്രമസമാധാനം പുനസ്ഥാപിച്ച ശേഷം കുഴപ്പങ്ങൾക്ക് കാരണക്കാരായവരോട് സിവിൽ കോടതിയിൽ പരിഹാരം തേടാൻ ആവശ്യപ്പെടണം. അതുവരേക്കും തൽസ്ഥിതി തുടരാൻ ഉത്തരവിടാനും അവർക്ക് അധികാരമുണ്ട്.

ഉസലംപട്ടിയിലെ തഹസിൽദാറായിരുന്ന വനിത നല്ലുത്തേവൻപട്ടിയിലെ ക്രമസമാധാനം പുനഃസ്ഥാപിക്കാനായി അങ്ങോട്ട് പോയി. പക്ഷേ, അവരുടെ പ്രവൃത്തി വിചിത്രമായിരുന്നു. ഗ്രാമവാസികളുടെ തീരുമാനം അംഗീകരിച്ച അവർ പൂജ ചെയ്യാനുള്ള പിന്നെയക്കാളിന്റെ അവകാശം അവരുടെ പിതൃസഹോദരന്റെ മക്കൾക്ക് നല്കി. പിന്നെയക്കാൾ യോഗത്തിൽനിന്നും ഇറങ്ങിപ്പോവുകയും പക്ഷപാതപരമായ ഈ തീരുമാനത്തെ ചോദ്യം ചെയ്തുകൊണ്ട് കേസ് ഫയൽ ചെയ്യുകയും ചെയ്തു.

തഹസിൽദാറുടെ തീരുമാനത്തിൽ നിരവധി പിഴവുകൾ കോടതി ചൂണ്ടിക്കാട്ടി. നിയമാനുസൃതമായല്ല അവർ തന്റെ അധികാരം വിനിയോഗിച്ചതെന്ന് കോടതി പറഞ്ഞു:

> നിക്ഷിപ്ത അധികാരങ്ങളോടെയാണ് അത്തരമൊരു യോഗം വിളിച്ചു ചേർത്തതെന്ന് വന്നാൽ പോലും.... തഹസിൽദാർക്ക്, സി ആർ പി സി നല്കുന്ന, എക്സിക്യൂട്ടീവ് മജിസ്ട്രേറ്റിന്റെ അധികാര പ്രകാരം... അത്തരം മജിസ്റ്റീരിയൽ അധികാരങ്ങൾ നടപ്പിലാക്കുന്നതിന്റെ പേരിൽ കക്ഷികളുടെ അവകാശങ്ങളെ നിഷേധിക്കാൻ പാടുള്ളതല്ല. ഈ കേസിൽ എടുത്തതുപോലെയുള്ള തീരുമാനങ്ങളെടുക്കാൻ എക്സിക്യൂട്ടീവ് മജിസ്ട്രേറ്റിന് സി ആർ പി സി അധികാരം നല്കുന്നില്ല.

കക്ഷികളെ പ്രശ്നപരിഹാരത്തിനായി സിവിൽ കോടതിയിലേക്ക് പറഞ്ഞയയ്ക്കുകയും അതുവരെ പിന്നെയക്കാളിന് പൂജയും മറ്റും തുടരാനുള്ള അനുവാദം കൊടുക്കുകയുമാണ് അവർ ചെയ്യേണ്ടിയിരുന്നത്.

തഹസിൽദാറുടെ തെറ്റായ തീരുമാനം പിന്നെയക്കാളിന് പൂജ ചെയ്യാനുള്ള അവകാശമില്ലെന്ന് വയ്ക്കുന്നതായിരുന്നു. സ്ത്രീകൾക്ക്

പൂജാരികളാകാമോ ഇല്ലയോ എന്ന ചോദ്യം ഹൈക്കോടതി പരിഗണനയ്ക്കെടുത്തു:

> വേദകാലത്തു പോലും സ്ത്രീകൾ പൂജകളും ചടങ്ങുകളും നടത്തിയിരുന്നതായി രേഖപ്പെടുത്തപ്പെട്ടിട്ടുണ്ട്. ഭാഗ്യവശാൽ ഈ പറയുന്ന ക്ഷേത്രം ആഗമശാസ്ത്രത്തിൽ കെട്ടപ്പെട്ടതല്ല. ഇന്ത്യയുടെ ദക്ഷിണ ഭാഗത്ത് ഉടലെടുത്ത ഉപ സംസ്കാരങ്ങളുടെ ദേവീദേവന്മാർ, സ്ത്രീകളെ വീട്ടുവേലകളിൽ മാത്രം തളച്ചിടുന്ന *മനുസ്മൃതി*യുടെ വേലിക്കെട്ടുകൾക്ക് പുറത്താണ്. പ്രശസ്ത തത്വചിന്തകൻ പറഞ്ഞതുപോലെ ആകാശത്തിന്റെ പകുതിയും സ്ത്രീകളുടെതാണ്. മനുഷ്യ പുരോഗതിക്ക് നാം നമ്മുടെ രണ്ടുകാലുകളും ഉപയോഗിച്ചുതന്നെ നടക്കണം. ദൈവ സന്നിധികൾ ലിംഗ വിവേചനത്തിൽനിന്നും വിമുക്തമാക്കപ്പെടണം. എന്നാൽ മാത്രമേ അനുച്ഛേദം 15, 51 A (e) എന്നിവയുടെ അനുശാസനം യാഥാർത്ഥ്യമാവുകയുള്ളൂ.

രാജ്യത്തിന് പുരോഗതിയുണ്ടാവണമെന്നുണ്ടെങ്കിൽ സ്ത്രീകളും പുരുഷന്മാരും ഒന്നിച്ച് മുന്നോട്ടുവന്നേ മതിയാകൂ എന്ന് കോടതി ഊന്നിപ്പറഞ്ഞു. ദൈവ സന്നിധികളിൽ ലിംഗവിവേചനം ഉണ്ടായിരിക്കാൻ പാടില്ല. സ്ത്രീകൾക്ക് നേരേയുള്ള വിവേചനങ്ങൾ നിരോധിക്കുന്ന ഭരണഘടനയുടെ അനുച്ഛേദം 15 ഉം സ്ത്രീകളെ അപകീർത്തിപ്പെടുത്തുന്ന നടപടികൾക്ക് തടയിടേണ്ടത് മൗലിക കർത്തവ്യമാണെന്ന് പറയുന്ന അനുച്ഛേദം 51-A(e)യും കോടതി പരാമർശിച്ചു.

തഹസിൽദാറുടെ ഉത്തരവ് കോടതി റദ്ദാക്കി. ജില്ലാ കളക്ടറും പൊലീസും കോടതിയുത്തരവ് നടപ്പിലാക്കണമെന്ന് ആവശ്യപ്പെടുകയും ചെയ്തു. പൊലീസ് വമ്പിച്ച സന്നാഹത്തോടെ സ്ഥലത്തെത്തി ദുർഗൈ അമ്മൻ കോവിലിന്റെ താക്കോൽ പിന്നൈയക്കാളിനെ ഏല്പിച്ചു.

പക്ഷേ, ഈ കേസിന്റെ തുടർച്ച ദുരന്തമായിരുന്നു. പിന്നൈയക്കാൾ സിവിൽ സ്യൂട്ട് ജയിക്കുകയും ഉസലംപട്ടി കോടതി അവരുടെ അവകാശം ശരിവയ്ക്കുകയും ചെയ്തെങ്കിലും അവരുടെ സഹോദരന്മാർ വിധിക്കെതിരായി അപ്പീൽ പോവുകയും ഇപ്പോൾവരെ അവരെ പൂജ ചെയ്യുന്നതിൽ നിന്ന് തടയുകയും ചെയ്തു. ജില്ലാ ഭരണകൂടമാകട്ടെ ഇക്കാര്യത്തിൽ കണ്ണടച്ച് ഉറക്കം നടിക്കുകയാണ് ചെയ്തത്.

പ്രശ്നത്തിൽ ഉൾപ്പെട്ട ക്ഷേത്രം ആഗമശാസ്ത്ര പ്രകാരം നിർമ്മിക്കപ്പെട്ടിട്ടുള്ളതല്ല. 2015 ഡിസംബറിൽ ശിവാചാര്യകൾ ഫയൽ ചെയ്ത കേസിൽ സുപ്രീംകോടതിയുടെ ഒരു വിധിയുണ്ടായി. തമിഴ്നാട്ടിലെ ആഗമശാസ്ത്ര പ്രകാരമുള്ള ക്ഷേത്രങ്ങളിൽ ഒരു പ്രത്യേക വിഭാഗത്തിന് മാത്രമേ പൂജ ചെയ്യാൻ അനുവാദമുള്ളു എന്നായിരുന്നു വിധി. എന്നാൽ ആ വിഭാഗത്തിലെ സ്ത്രീകൾക്കും പൂജാരികളാകാം എന്ന് കോടതി പറയാതിരുന്നത് നിരാശാജനകമാണ്. അതിലുമുപരി സ്ത്രീകൾക്ക്

ചില ക്ഷേത്രങ്ങളിൽ പ്രവേശനം പോലും നിഷേധിക്കുന്നത് എത്രമാത്രം പുരുഷാധിപത്യ നിലപാടാണ്. 2018 സപ്തംബറിൽ അഞ്ചിനും അമ്പതിനും ഇടയിൽ പ്രായമുള്ള സ്ത്രീകൾക്ക് ശബരിമല പ്രവേശനത്തിനുള്ള നിരോധനം സുപ്രീംകോടതി എടുത്തുകളഞ്ഞു. 2016 ഏപ്രിലിൽ മഹാരാഷ്ട്രയിലെ ഷിഗ്നപൂരിലെ ഷാനി ക്ഷേത്രം എതിർപ്പുകളെ അവഗണിച്ച് സ്ത്രീകൾക്കായി തുറന്നുകൊടുത്തിരുന്നു.

തുല്യതയ്ക്കുള്ള സ്ത്രീകളുടെ അവകാശം ഇപ്പോഴും കടലാസിലാണ് നിലനില്ക്കുന്നത്, അത് പ്രവൃത്തിയിലെത്തുന്ന കാലത്തേക്ക് അല്പംകൂടി സഞ്ചരിക്കാനുണ്ട്.

റഫറൻസ്

Pinnaiyakkal vs. The District Collector, Madurai District, 2008 (3) TLNJ 640 (civil).

മുഹബത് ബീവി

കുറ്റങ്ങളെയും അവയ്ക്ക് വിധിക്കുന്ന ശിക്ഷകളെയും പറ്റി വലിയ ചർച്ചകളാണ് അടുത്ത കാലത്തായി നടക്കുന്നത്. ഓരോ കുറ്റത്തിനും അനുയോജ്യമായ ശിക്ഷ എന്താണെന്ന് പൊതുജനങ്ങളും മാധ്യമങ്ങളും ചോദ്യങ്ങൾ ഉയർത്തുന്നു. ഇന്ത്യൻ ശിക്ഷാനിയമത്തിൽ ഓരോ കുറ്റത്തിനും നല്കാവുന്ന പരമാവധി ശിക്ഷ രേഖപ്പെടുത്തിയിട്ടുണ്ട്. ഒരിക്കൽ കുറ്റം തെളിയിക്കപ്പെട്ടു കഴിഞ്ഞാൽ കോടതി പ്രതിയോട് ആരാഞ്ഞ് ശിക്ഷയുടെ കാഠിന്യം ലഘൂകരിക്കേണ്ടതായ സാഹചര്യങ്ങളോ മറ്റു ഘടകങ്ങളോ കാരണങ്ങളോ ഉണ്ടോ എന്ന് പരിശോധിക്കും. കുറ്റവാളിക്ക് ശിക്ഷയുടെ കാഠിന്യം ചോദ്യംചെയ്ത് ഹൈക്കോടതിയിലോ സുപ്രീം കോടതിയിലോ അപ്പീൽ പോകാം. അതേപോലെ തന്നെ പരാതിക്കാരന് അല്ലെങ്കിൽ സ്റ്റേറ്റിന്, നല്കിയ ശിക്ഷ കുറഞ്ഞുപോയെന്നതിനും അപ്പീൽ പോകാം. അപ്പീൽ കോടതിക്ക് ഇക്കാര്യത്തിൽ തീരുമാനമെടുക്കാനും അനുയോജ്യമായ ശിക്ഷ വിധിക്കാനും അധികാരമുണ്ട്. അപൂർവ്വം ചില ക്രിമിനൽ കേസുകളിൽ അപ്പീൽ കോടതിക്ക് ശിക്ഷയുടെ കാഠിന്യം വർദ്ധിപ്പിക്കാനും അധികാരമുണ്ട്. എന്നാൽ ആ ശിക്ഷ ഇരകളുടെ നഷ്ടങ്ങൾ പരിഹരിക്കുമെന്നോ അവരെ തൃപ്തിപ്പെടുത്തുമെന്നോ ഉറപ്പിക്കാൻ വകുപ്പില്ല. പല രാജ്യങ്ങളിലും ഇരകൾക്ക് അല്ലെങ്കിൽ അവരുടെ കുടുംബത്തിന്, കുറ്റവാളിക്ക് നല്കേണ്ട ശിക്ഷ ഏതാണെന്ന് അഭിപ്രായം പറയാനുള്ള അവകാശമുണ്ട്. 2016 ജനുവരി ഇരുപത്തിയാറിന് പ്രാബല്യത്തിൽ വന്ന ഭേദഗതി പ്രകാരം, പ്രിവെൻഷൻ ഓഫ് അട്രോസിറ്റീസ് ആക്റ്റിന് കീഴിൽ കുറ്റാരോപിതന് ജാമ്യം നല്കുന്നതിനെ എതിർക്കാനുള്ള അവകാശം ഇരയ്ക്ക് അനുവദിക്കുന്നുണ്ട്. അവരുടെ അഭിഭാഷകന് അന്വേഷണത്തിന്റെ ഭാഗമാകാനും കുറ്റക്കാരന് വിധിക്കേ

ണ്ടുന്ന ശിക്ഷയിൽ അഭിപ്രായം പറയാനും സാധിക്കും. ഇത് പ്രകാരം കുറ്റാരോപിതന് മാത്രമല്ല ഇരയ്ക്കും പ്രൊസീജിയറൽ ഗാരന്റികൾ നല്കപ്പെടുന്നു.

ശിക്ഷയെപ്പറ്റി ഇരയോട് അഭിപ്രായം ചോദിച്ച ഒരു അസാധാരണ കേസ് ഒരിക്കൽ ഹൈക്കോടതിക്ക് മുമ്പാകെ വന്നു. 2007 സപ്തംബർ 23 ന് രാമനാഥപുരത്തു നിന്ന് മുഹബത്ത് ബീവി എന്ന മുസ്ലീം സ്ത്രീ അറസ്റ്റ് ചെയ്യപ്പെട്ടു. ഭർത്താവിന്റെ മരണത്തെ തുടർന്ന് ഇദ്ദത്ത് കാലയളവിലായിരുന്ന (സാധാരണ ഗതിയിൽ മൂന്ന് മുതൽ നാല് വരെ ചാന്ദ്ര മാസം) അവരെ പൊലീസ് സ്റ്റേഷൻ ഹൗസ് ഓഫീസർ, ഇൻസ്പെക്ടർ വസന്തയും പത്ത് വനിതാ പൊലീസുകാരും ചേർന്ന് പുലർച്ചെ 4.30 ന് വീട്ടിൽ നിന്നാണ് അറസ്റ്റ് ചെയ്തത്. ആ സമയത്ത് അവർ ലുങ്കിയാണ് ധരിച്ചിരുന്നത് പൊലീസ് അവർക്ക് വസ്ത്രം മാറാനുള്ള സമയമോ റമദാൻ വ്രതത്തിന്റെ പ്രഭാതചര്യകൾ നിർവ്വഹിക്കാനുള്ള സമയമോ അനുവദിച്ചില്ല. രാമനാഥപുരം പൊലീസ് സ്റ്റേഷനിൽ എത്തിച്ച അവരെ കുടുംബാംഗങ്ങളുമായി സംസാരിക്കാനും അനുവദിച്ചില്ല. നെഞ്ചുവേദന അനുഭവപ്പെടുന്നതായി അറിയിച്ചെങ്കിലും വൈകുന്നേരംവരെ വൈദ്യസഹായം ലഭ്യമാക്കിയതുമില്ല. മരുമകൾ സ്ത്രീധന പീഡനവുമായി ബന്ധപ്പെട്ട് നല്കിയ പരാതിയിലായിരുന്നു അവരെ അറസ്റ്റ് ചെയ്തത്. എന്നാൽ അറസ്റ്റിന്റെ കാരണം അവരെ അറിയിക്കാൻ പൊലീസ് തയ്യാറായില്ല. കസ്റ്റഡിയിൽ എടുക്കുകയോ അറസ്റ്റ് ചെയ്യപ്പെടുകയോ ചെയ്യുന്ന ആളുകൾക്ക് ഭരണഘടന ചില അവകാശങ്ങൾ അംഗീകരിക്കുന്നുണ്ട്.

ഡി കെ ബാസു vs. സ്റ്റേറ്റ് ഓഫ് വെസ്റ്റ് ബംഗാൾ (1996) കേസിൽ സുപ്രീം കോടതി, പൊലീസുകാർ അറസ്റ്റിലും കസ്റ്റഡിയിലും പിന്തുടരേണ്ട പതിനൊന്ന് മാർഗ്ഗനിർദ്ദേശങ്ങൾ രേഖപ്പെടുത്തിയിട്ടുണ്ട്. അക്കൂട്ടത്തിലുള്ളതാണ് അറസ്റ്റ് ചെയ്യപ്പെട്ടയാളും ഒരു സ്വതന്ത്ര സാക്ഷിയും (ബന്ധുവോ അയൽവാസിയോ) അറസ്റ്റിന്റെ സമയത്ത് ഒപ്പ് വച്ചിട്ടുള്ള അറസ്റ്റ് മെമ്മോ. കൂടാതെ അറസ്റ്റ് വിവരം ഏറ്റവും വേഗംതന്നെ അറസ്റ്റ് ചെയ്യപ്പെട്ടയാളുടെ വിശ്വസ്തനായ ബന്ധുവിനെയോ പരിചയക്കാരെയോ അറിയിക്കേണ്ടതാണ്. ഈ അവകാശത്തെപ്പറ്റി അറസ്റ്റ് ചെയ്യപ്പെട്ട ആളെയും അപ്പോൾത്തന്നെ അറിയിക്കണം. ഓരോ 48 മണിക്കൂറിലും അറസ്റ്റ് ചെയ്യപ്പെട്ടയാളെ, പരിശീലനം നേടിയിട്ടുള്ള ഡോക്ടറുടെ പരിശോധനയ്ക്ക് വിധേയനാക്കണം. ഏതെങ്കിലും പൊലീസ് ഓഫീസർമാർ ഈ മാർഗ്ഗനിർദ്ദേശങ്ങൾ ലംഘിക്കുകയാണെങ്കിൽ അവരെ കോടതിയലക്ഷ്യത്തിന് ശിക്ഷിക്കാമെന്നും സുപ്രീം കോടതി പറഞ്ഞിട്ടുണ്ട്.

ഇൻസ്പെക്ടർ വസന്ത ഡി കെ ബാബു മാർഗ്ഗനിർദ്ദേശങ്ങൾ ലംഘിച്ചതായി കാണിച്ച് മുഹബത്ത് ബീവിയുടെ അഭിഭാഷകൻ ഹർജി നല്കി. മദ്രാസ് ഹൈക്കോടതിയുടെ മധുരൈ ബഞ്ച് ഇൻസ്പെക്ടർ വസന്തയോട് നേരിട്ട് ഹാജരായി വിശദീകരണം നല്കാൻ ഉത്തരവിട്ടു. അവരുടെ വിശദീകരണവും പൊലീസ് റെക്കോഡുകളും പരിശോധിച്ച കോടതി

ഇൻസ്പെക്ടർ വസന്ത രണ്ട് ഡി കെ ബാസു മാർഗ്ഗനിർദ്ദേശങ്ങൾ ലംഘിച്ചതായി കണ്ടെത്തി. അറസ്റ്റിന്റെ കാരണം മുഹബത്ത് ബീവിയോട് പറയുകയോ ബന്ധുക്കളുമായോ സുഹൃത്തുക്കളുമായോ അഭിഭാഷകനുമായോ സംസാരിക്കാൻ അവരെ അനുവദിക്കുകയോ ചെയ്തിരുന്നില്ല. അറസ്റ്റ് നടന്നാൽ ഉടൻ തന്നെ തയ്യാറാക്കേണ്ട മാൻഡേറ്ററി ഡയറി തയ്യാറാക്കിയിരുന്നില്ല. കോടതി മുമ്പാകെ സമർപ്പിച്ച വിവരങ്ങളിൽ വസന്ത ക്രമക്കേട് നടത്തുകയും ചെയ്തിട്ടുണ്ട്. മുഹബത്ത് ബീവിയുടെ സഹോദരന് നല്കിയ അറസ്റ്റ് മെമ്മോയിൽ പറയുന്നത് അറസ്റ്റ് നടന്നത് 11.30 ന് ബസ് സ്റ്റാന്റിൽ വച്ചാണെന്നാണ്. ഡി കെ ബാസു മാർഗ്ഗനിർദ്ദേ പ്രകാരം മതിയായ വൈദ്യ സഹായം നല്കുന്ന കാര്യത്തിലും പൊലീസ് വീഴ്ച വരുത്തിയതായി കോടതി കണ്ടെത്തി. വിവരം കുടുംബത്തെ വേണ്ട വിധം അറിയിച്ചതുമില്ല. കോടതി പ്രസ്താവിച്ചു:

> എതിർകക്ഷി സമർപ്പിച്ചിട്ടുള്ള എതിർ സത്യവാങ്മൂലം ഡി കെ ബാസു മാർഗ്ഗനിർദ്ദേശങ്ങളുടെ ലംഘനം മറച്ചുപിടിക്കാനുള്ള ശ്രമം മാത്രമാണ്. ഹർജിക്കാരിയെ അറസ്റ്റ് ചെയ്തത് 11.30 ന് ബസ്സ്റ്റാന്റിന് അടുത്തുവച്ചാണെന്ന് എതിർകക്ഷി അവകാശപ്പെടുന്നുണ്ടെങ്കിലും അറസ്റ്റ് നടന്നത് ഹർജിക്കാരിയുടെ വീട്ടിൽ നിന്നും രാവിലെ 4.30 നാണ്. 11.30 സമയത്ത് ഹർജിക്കാരി ബസ് സ്റ്റാന്റ് പരിസരത്ത് അലഞ്ഞ് നടക്കേണ്ട സാഹചര്യം ഒന്നും തന്നെ കാണുന്നുമില്ല.

കോടതിയലക്ഷ്യം തെളിഞ്ഞാൽ ആറ് മാസം വരെ തടവും രണ്ടായിരം രൂപ പിഴയുമാണ് നിയമം നിർദ്ദേശിക്കുന്ന ശിക്ഷ. തമിഴ്നാട് സബോർഡിനേറ്റ് പൊലീസ് ഓഫീസേർസ് കണ്ടക്ട് റൂൾസ്, 1964 പ്രകാരം സർക്കാർ ജീവനക്കാരെ സർവ്വീസിൽ നിന്നും പുറത്താക്കുന്നതാണ്.

ഇൻസ്പെക്ടറെ ശിക്ഷിച്ചതുകൊണ്ട് മുഹബത്ത് ബീവിയുടെ സങ്കടത്തിനുള്ള പരിഹാരമാവില്ല എന്നു കോടതിക്കുതോന്നി. റമദാൻ നോമ്പ് നോറ്റുകൊണ്ടിരുന്ന ആ മുസ്ലിം വിധവയെ അസമയത്ത് പരസ്യമായി പിടിച്ചുകൊണ്ടുവന്നതാണ്. തീർച്ചയായും അവർ കഠിനമായ അപമാനം നേരിട്ടിട്ടുണ്ടാവും. അവരുടെ അന്തസ്സിനേറ്റ കോട്ടം പണം കൊണ്ട് പരിഹരിക്കാവുന്നതല്ല. അതേസമയം ശിക്ഷിക്കപ്പെട്ടാൽ ഇൻസ്പെക്ടർക്ക് ജോലി നഷ്ടപ്പെടും. ആയതിനാൽ മുഹബത്ത് ബീവിയോടുണ്ടായ അന്യായത്തിന് പരിഹാരം ചെയ്യുന്നതാവണം ശിക്ഷ എന്ന് കോടതി കരുതി.

ഡി കെ ബാസു കേസിലെ സുപ്രീം കോടതിയുടെ ഒരു നിരീക്ഷണം കോടതി സൂചിപ്പിച്ചു. പാരഗ്രാഫ് 55:

> കുറ്റവാളികൾക്ക് ക്രിമിനൽ കോടതി വഴി വിചാരണ നടത്തി അനുയോജ്യമായ ശിക്ഷ ഉറപ്പുവരുത്തേണ്ടത് നിയമപ്രകാരം സ്റ്റേറ്റിന്റെ കർത്തവ്യമാണെങ്കിലും കുറ്റക്കാരെ ശിക്ഷിക്കുക എന്നതാവരുത് പകരം ഉണ്ടായ മുറിവിന് ആശ്വാസം പകരുക എന്നതായിരിക്കണം ലക്ഷ്യം.

ഇൻസ്പെക്ടർ വസന്ത ശിക്ഷ ഒഴിവാക്കാൻ ആഗ്രഹിക്കുന്ന പക്ഷം മുഹബത്ത് ബീവിയുടെ വീട്ടിൽച്ചെന്ന് പരസ്യമായി ക്ഷമ ചോദിക്കണമെന്ന് കോടതി പറഞ്ഞു. മുഹബത്ത് ബീവി ക്ഷമാപണം സ്വീകരിച്ചാൽ കോടതി ശിക്ഷയുടെ കാര്യത്തിൽ പുനർവിചിന്തനം നടത്തും.

> ഇക്കാര്യം പൂർണ്ണമായും എതിർകക്ഷിയിൽ നിക്ഷിപ്തമാണ്. ഇതിൽ അവർക്ക് സ്വമേധയാ തീരുമാനം എടുക്കാവുന്നതാണ്. 19.09.2008 ൽ ഈ നിർദ്ദേശം വയ്ക്കുമ്പോൾ ഹാജരായിരുന്ന എതിർകക്ഷി ഹർജിക്കാരിയുടെ വീട്ടിൽ പോകാനും അവർക്കുണ്ടായ സങ്കടത്തിന് മാപ്പ് ചോദിച്ച് ആശ്വസിപ്പിക്കാനും സമ്മതം അറിയിച്ചതാണ്.

തുടക്കത്തിൽ ചെറിയ മടികാണിച്ച ഇൻസ്പെക്ടർ, മുഹബത്ത് ബീവിയുടെ വീട്ടിൽ പോവുകയും പരസ്യമായി ക്ഷമ ചോദിക്കുകയും ചെയ്തു. ഇത് ജില്ലയിലെ എല്ലാ ദിനപത്രങ്ങളിലും വാർത്തയായി. ഇതാദ്യമായിട്ടായിരുന്നു തെറ്റുപറ്റിയ ഒരു പൊലീസ് ഓഫീസർ പരസ്യമായി ഇരയോട് മാപ്പുപറയുന്നത്.

തന്റെ കക്ഷി ക്ഷമാപണം സ്വീകരിച്ചിരിക്കുന്നതായി മുഹബത്തിന്റെ അഭിഭാഷകൻ കോടതിയെ അറിയിച്ചു. ഇനിയൊരിക്കലും ഇത്തരം പ്രവൃത്തികൾ ആവർത്തിക്കരുതെന്ന് ഇൻസ്പെക്ടർക്ക് താക്കീത് നല്കിക്കൊണ്ട് കോടതി കേസ് അവസാനിപ്പിച്ചു. ഇരയുടെ അഭിമാനം സംരക്ഷിക്കേണ്ടതിന്റെയും നിയമം അതിന് മുൻഗണന കൊടുക്കേണ്ടതിന്റെയും പ്രാധാന്യം വ്യക്തമാക്കുന്നതായിരുന്നു ഈ കേസ്.

റഫറൻസ്

Muhabath Beevi vs. Mrs. Vasantha, Contempt Petition No. 16 of 2008, dt.26.9.2008.

ജെയിൻ സത്യ/ക്യൂൻ ഷീബ

ഇന്ത്യയുടെ മുൻ ചീഫ് ജസ്റ്റിസ് അൽതമാസ് കബീർ കശ്മീർ യൂണിവേഴ്സിറ്റി ലോ കോളേജിൽ പ്രധാന അതിഥിയായി എത്തി. അദ്ദേഹത്തിന്റെ പ്രസംഗം കഴിഞ്ഞതോടെ ചട്ടപ്രകാരം ദേശീയഗാനം ആലപിച്ചു. ചില നിയമ വിദ്യാർത്ഥികൾ ഈ സമയത്ത് ദേശീയഗാനത്തോട് ആദരവ് പ്രകടിപ്പിച്ച് എഴുന്നേല്ക്കാതെ ഇരിപ്പിടത്തിൽ തന്നെയിരുന്നു. ചീഫ് ജസ്റ്റിസിന്റെ പ്രസംഗത്തിന് പിന്നാലെ നിയമവിദ്യാർത്ഥികൾ ഇപ്രകാരം പെരുമാറിയത് മറ്റുള്ളവരെ നിരാശപ്പെടുത്തി. 1962 ൽ ഇന്ത്യാ-ചൈന യുദ്ധം നടക്കുന്ന സമയത്ത് തമിഴ്നാട്ടിലെ എല്ലാ സിനിമാ ശാലകളിലും പ്രദർശനത്തിനുശേഷം ദേശീയഗാനം ആലപിക്കണം എന്നൊരു തീരുമാനം എടുത്തിരുന്നു. ദേശസ്നേഹം ഊട്ടിയുറപ്പിക്കുകയായിരുന്നു ലക്ഷ്യമെങ്കിലും യാഥാർത്ഥ്യം തികച്ചും ഭിന്നമായിരുന്നു. ആളുകൾ അവസാന സീൻ കഴിയാൻ കാത്തുനില്ക്കാതെ തീയറ്റർ വിട്ട് പോകാൻ തുടങ്ങി. അതോടെ ആ ഉത്തരവ് പിൻവലിച്ചു.

1985 ൽ കേരളത്തിൽ നടന്ന ഒരു സംഭവമുണ്ട്. വിദ്യാഭ്യാസ വകുപ്പിന്റെ സർക്കുലർ പ്രകാരം എല്ലാ സ്കൂളുകളിലും രാവിലെ അസംബ്ലിയിൽ ദേശീയഗാനം ആലപിക്കണം. ഒരുദിവസം ദേശീയഗാനം ആലപിക്കുമ്പോൾ മൂന്ന് കുട്ടികൾ-ബിജോയ്, ബിനിമോൾ, ബിന്ദു ഇമ്മാനുവേൽ – മറ്റുള്ളവർക്കൊപ്പം നില്ക്കുകയാണെങ്കിലും ദേശീയഗാനം ആലപിക്കുന്നില്ല എന്ന് ഒരു വാർത്താ റിപ്പോർട്ടർ ശ്രദ്ധിക്കുകയും വിവരം എം എൽ എയെ അറിയിക്കുകയും ചെയ്തു. ഇത് കേരളത്തിന്റെ ലെജിസ്ലേറ്റീവ് അസംബ്ലിയിൽ ഉന്നയിക്കപ്പെട്ടു. സംഭവം അന്വേഷിക്കാൻ കമ്മിറ്റി രൂപീകരിച്ചു. കുട്ടികൾ മൂന്നുപേരും കമ്മിറ്റിക്ക് മുമ്പാകെ ഹാജരായി.

തങ്ങൾ യഹോവയുടെ സാക്ഷികൾ എന്ന ക്രിസ്ത്യൻ വിശ്വാസികളാണെന്നും തങ്ങളുടെ വിശ്വാസ പ്രകാരം ദൈവത്തെയല്ലാതെ മറ്റ് വംശങ്ങളെയോ ഭാഷകളെയോ നദികളെയോ സ്തുതിക്കാൻ പാടില്ലെന്നും അതിനാലാണ് ദേശീയഗാനം ആലപിക്കാത്തതെന്നും അവർ പറഞ്ഞു. എന്നാൽ തങ്ങൾ ഒരിക്കലും ദേശീയഗാനത്തെ ബഹുമാനിക്കാതിരുന്നിട്ടില്ല എന്നും കുട്ടികൾ പറഞ്ഞു. അന്വേഷണ കമ്മിറ്റിയുടെ റിപ്പോർട്ടിന്റെ അടിസ്ഥാനത്തിൽ സ്കൂൾ ഡെപ്യൂട്ടി ഇൻസ്പെക്ടർ കുട്ടികളെ സ്കൂളിൽനിന്ന് പുറത്താക്കി ഉത്തരവിട്ടു (dt. 26 ജൂലായ് 1985). കുട്ടികളുടെ പിതാവ് പല നിവേദനങ്ങളും നല്കിയെങ്കിലും ഒരു പരിഹാരവും ഉണ്ടായില്ല. കുട്ടികൾ ഹൈക്കോടതിയെ സമീപിച്ചു. എന്നാൽ കോടതി അവരുടെ ഹർജി തള്ളി. അങ്ങനെ അവർ സുപ്രീം കോടതിയെ സമീപിച്ചു.

1986 ൽ ജസ്റ്റിസ് ചിന്നപ്പ റെഡ്ഢിയുടെ(അദ്ദേഹം 2013 ഏപ്രിലിൽ മരണമടഞ്ഞു) നേതൃത്വത്തിലുള്ള ബെഞ്ച് ചരിത്രപ്രധാനമായൊരു തീർപ്പാണ് ഉണ്ടാക്കിയത്. ഇന്ത്യൻ പൗരന്മാർക്ക് അവരുടെ ഇഷ്ടത്തിനനുസരിച്ചുള്ള മതവിശ്വാസം തികച്ചും സ്വതന്ത്രമായി പുലർത്താനുള്ള അവകാശമുണ്ട്. അവരുടെ മതവിശ്വാസങ്ങൾ തടസ്സപ്പെടുത്താൻ പാടുള്ളതല്ല. കുട്ടികൾ ദേശീയഗാനം ആലപിച്ചില്ലെങ്കിലും അവർ മറ്റു കുട്ടികൾക്കൊപ്പം എഴുന്നേറ്റുനിന്നിട്ടുണ്ട്. അവർ ദേശീയഗാനത്തെ അവഹേളിച്ചിട്ടില്ല. അവർ അസംബ്ലിയിൽ നില്ക്കുകയായിരുന്നു. അതേസമയം മതവിശ്വാസങ്ങൾ സംരക്ഷിക്കപ്പെടുമ്പോഴും ദേശീയ ചിഹ്നങ്ങളോട് അനാദരവ് കാണിക്കുന്നത് അനുവദിക്കാൻ കഴിയില്ലെന്ന് കോടതി ഊന്നിപ്പറഞ്ഞു. കോടതിയുടെ നിരീക്ഷണം ഇങ്ങനെയാണ്:

> ഈ കേസിൽ, മതാചരം അനുവദിക്കാത്തതിനാൽ, പ്രഭാത അസംബ്ലിയിൽ ദേശീയഗാനം ആലപിച്ചില്ല എന്ന കാരണത്താൽ, ദേശീയഗാനം ആലപിക്കുന്ന സമയത്ത് ബഹുമാനാർത്ഥം എഴുന്നേറ്റ് നിന്നിരുന്നെങ്കിലും, കുട്ടികളെ സ്കൂളിൽനിന്ന് പുറത്താക്കിയ നടപടി, ഇഷ്ടമുള്ള മതം സ്വീകരിക്കാനും മതാചാരങ്ങൾ പാലിക്കാനും പ്രചരിപ്പിക്കാനുമുള്ള അവകാശത്തെ ലംഘിക്കുന്നതാണ്. (പാര: 25, ബിജോയ് ഇമ്മാനുവൽ ആന്റ് അദേഴ്സ് vs. സ്റ്റേറ്റ് ഓഫ് കേരള).

ഒരു കാര്യം ഓർക്കുക, കശ്മീർ യൂണിവേഴ്സിറ്റിയിൽ ദേശീയഗാനത്തെ ബഹുമാനിക്കാതെ പെരുമാറിയ വിദ്യാർത്ഥികളുടെ പെരുമാറ്റം ഈ വിധിയിൽ സംരക്ഷിക്കപ്പെടുകയില്ല.

2017 ജൂലായ് 27 ൽ ഒരു പൊതുതാല്പര്യ ഹർജി പരിഗണിക്കുമ്പോൾ ജസ്റ്റിസ് മുരളീധരന്റെ നേതൃത്വത്തിൽ മദ്രാസ് ഹൈക്കോടതി

എല്ലാ സ്കൂളുകളിലും രാവിലെ ദേശീയഗാനം ആലപിക്കണം എന്ന് ഉത്തരവിട്ടു. എന്തിന്റെ അടിസ്ഥാനത്തിലാണ് ഈ ഉത്തരവ് പാസാക്കിയതെന്ന് വ്യക്തമല്ല. വിദ്യാഭ്യാസസ്ഥാപനങ്ങളും മതപരമായ അവകാശങ്ങളും തമ്മിൽ ഏറ്റമുട്ടിയ ധാരാളം അവസരങ്ങളുണ്ട്. അവയിൽ ചിലത് നോക്കാം. മീനാക്ഷി സുന്ദരം എഞ്ചിനീയറിങ് കോളേജിലെ വിദ്യാർത്ഥിനിയായിരുന്നു ജെയിൻ സത്യ.[1] സെവൻത് ഡേ അഡ്വൻടിസ്റ്റ് ക്രിസ്ത്യൻ വിഭാഗത്തിൽ പെടുന്ന ആളായിരുന്നു ആ കുട്ടി. അവരുടെ പിതാവ് സെക്റ്റ്. സെവൻത് ഡേ അഡ്വൻടിസ്റ്റ് നടത്തുന്ന ഒരു സ്കൂളിലെ പ്രിൻസിപ്പാളായിരുന്നു. ഈ വിഭാഗക്കാർ ശനിയാഴ്ചകളിൽ തൊഴിലെടുക്കുകയില്ല. അന്ന് അവർക്ക് ആരാധനയ്ക്കുള്ള ദിവസമാണ്. ക്രിസ്ത്യാനികൾക്ക് ഞായറാഴ്ച വിശുദ്ധ ദിനമായതുപോലെ ഇവർക്ക് അത് ശനിയാഴ്ചയാണ്. ഈ വിശ്വാസം ആരംഭിച്ചത് പത്തൊമ്പതാം നൂറ്റാണ്ടിൽ അമേരിക്കയിലാണ്. ഇതുപ്രകാരം വെള്ളിയാഴ്ച അസ്തമയം മുതൽ ശനിയാഴ്ച അസ്തമയം വരെയാണ് ശാബത്ത് എടുക്കേണ്ടത്. എഞ്ചിനീയറിങ് കോളേജിൽ ഫീസ് അടച്ചു കഴിഞ്ഞപ്പോഴാണ് ആ ഞെട്ടിക്കുന്ന വിവരം ജെയിൻ അറിയുന്നത്. കോളേജ് ശനിയാഴ്ചയും പ്രവർത്തിക്കുന്നുണ്ട്. ശനിയാഴ്ചകളിൽ തനിക്ക് അവധി അനുവദിക്കണം എന്നാവശ്യപ്പെട്ട് അവർ അപ്പോൾത്തന്നെ കത്തുകൊടുത്തു. എന്നാൽ ശനിയാഴ്ചകൾ പ്രവൃത്തിദിവസമാണെന്നും ജെയിനിന് മാത്രമായി അവധി അനുവദിക്കാൻ കഴിയുകയില്ലെന്നും മാനേജ്മെന്റ് മറുപടി നല്കി. പെൺകുട്ടി റ്റി സിക്ക് അപേക്ഷിക്കുകയും മറ്റൊരു കോളേജിലേക്ക് മാറിപ്പോവുകയും ചെയ്തു. എന്നിരുന്നാലും അവർ കോളേജ് ഫീസ് തിരികെ ലഭിക്കണമെന്നും തന്റെ മതത്തെ സംരക്ഷിക്കാനുള്ള അവകാശം തനിക്കുണ്ടെന്നും കാണിച്ച് ഹൈക്കോടതിയിൽ കേസ് ഫയൽ ചെയ്തു. ബിജോയ് ഇമ്മാനുവൽ കേസ് ചൂണ്ടിക്കാണിച്ചുകൊണ്ടായിരുന്നു ഇത്. ഹൈക്കോടതി ആ ഹർജി തള്ളിക്കളഞ്ഞു. മേല്പറഞ്ഞ വിധി ജെയിൻ സത്യയുടെ കേസിൽ ബാധകമാവില്ല എന്ന് കോടതി പറഞ്ഞു. കോളേജിന്റെ സിലബസും സമയക്രമവും ഒറ്റ പഠിതാവിന്റെ മതാചാരം പരിഗണിച്ച് മാറ്റാൻ സാധിക്കുകയില്ല.

> ഒന്നാം എതിർകക്ഷിയായ കോളേജ് ശനിയാഴ്ച പ്രവൃത്തിദിവസമാക്കിയിരിക്കുന്നതുകൊണ്ട് ഹർജിക്കാരിയുടെ മതവിശ്വാസം സംരക്ഷിക്കാനുള്ള അവകാശത്തെ ഏതെങ്കിലും തരത്തിൽ ലംഘിക്കുകയില്ല. കോളേജിന് പ്രവൃത്തി ദിവസമായി രേഖപ്പെടുത്തിയിട്ടുള്ള ദിവസത്തിൽ അവധിയെടുക്കാൻ അവർക്ക് അവകാശവുമില്ല. എല്ലാ കുട്ടികളെയും പരിഗണിച്ചാണ് കലണ്ടർ തയ്യാറാക്കിയിട്ടുള്ളത്. അതിനാൽ റിട്ട് ഹർജി തള്ളിക്കളയുന്നു.

ക്രിസ്ത്യൻ സംഘടനകൾ സ്ഥാപിച്ച ധാരാളം വിദ്യാഭ്യാസസ്ഥാപനങ്ങളുണ്ട്. അവയിൽ പലതിനും സർക്കാർ ഗ്രാന്റുകൾ ലഭിക്കുന്നുണ്ടെങ്കിലും ന്യൂനപക്ഷ അവകാശങ്ങൾ സംരക്ഷിക്കുന്ന ഭരണഘടനയുടെ അനുച്ഛേദം 30 അനുസരിച്ച് അവയുടെ നടത്തിപ്പിൽ ഇടപെടാൻ സാധിക്കുകയില്ല. ആരെ നിയമിക്കണം എന്നു തീരുമാനിക്കുന്നത് ന്യൂനപക്ഷ സ്ഥാപനങ്ങളുടെ അവകാശമാണ്. വിദ്യാഭ്യാസ വകുപ്പിന് അതിൽ നിയന്ത്രണമുള്ളത് തസ്തികകളുടെ പ്രായം വിദ്യാഭ്യാസ യോഗ്യത എന്നിവ നിശ്ചയിക്കുന്നതിലാണ്. എംപ്ലോയ്മെന്റ് എക്സ്ചേഞ്ചിൽ രജിസ്റ്റർ ചെയ്യുന്നതും സംവരണ നയവും ഒന്നും അവിടെ ബാധകമല്ല. അദ്ധ്യാപകരെ നിയമിക്കുന്ന കാര്യത്തിൽ ഓരോ ക്രിസ്ത്യൻ സ്ഥാപനങ്ങൾക്കും അവരുടെതായ ചട്ടങ്ങളുണ്ടാവും. തങ്ങളുടെ ഇടവകകളിൽ നിന്നുള്ള യോഗ്യരായ ക്രിസ്ത്യൻ അദ്ധ്യാപകരുടെ ലിസ്റ്റുണ്ടാക്കിയ ശേഷം അതിനനുസരിച്ച് നിയമനം നടത്തും. ഏതെങ്കിലും ചട്ടം ലംഘിക്കപ്പെട്ടാലും ആർക്കും അത് കോടതിയിൽ ചോദ്യം ചെയ്യാനാവില്ല. 2010 ൽ അമ്പൂർ നിന്നുള്ള ക്യൂൻ ഷീബ[2] ഒരു കേസ് ഫയൽ ചെയ്തു. താൻ ഉൾപ്പെടുന്ന ന്യൂനപക്ഷ സമുദായം നടത്തുന്ന സ്കൂളിൽ ഒരു കായിക അദ്ധ്യാപക തസ്തിക ഒഴിഞ്ഞ് കിടപ്പുണ്ടായിട്ടും അത് തനിക്ക് ലഭിക്കാതെ ഹിന്ദു സമുദായത്തിൽ നിന്നുള്ള മറ്റൊരാൾക്ക് നല്കിയതിന് എതിരെയായിരുന്നു കേസ്. കേസ് കേട്ട ഹൈക്കോടതി അത് തള്ളിക്കളഞ്ഞു. ന്യൂനപക്ഷ സ്കൂൾ ആയതിനാൽ ക്രിസ്ത്യൻ നിയന്ത്രണത്തിലുള്ള സ്കൂൾ നിയമനത്തിൽ ഇടപെടാൻ കോടതിക്ക് കഴിയില്ലെന്നും അവിടെ ഹിന്ദുക്കളെ നിയമിക്കുന്നതിന് ഒരു നിരോധനവും നിലവിൽ ഇല്ലെന്നും യഥാർത്ഥത്തിൽ മറ്റൊരു വിഭാഗത്തിൽനിന്നുള്ള ആളെ പരിഗണിച്ച മാനേജ്മെന്റ് നടപടി അഭിനന്ദിക്കപ്പെടേണ്ടതാണെന്നും കോടതി പറഞ്ഞു.

> ക്രിസ്ത്യൻ ന്യൂനപക്ഷ സ്കൂളിന്റെ കാര്യത്തിൽ, അതിന്റെ നടത്തിപ്പ് മാനേജ്മെന്റിൽ നിക്ഷിപ്തമാണ്. യോഗ്യതയുള്ള ഏത് അപേക്ഷകനെയും പരിഗണിക്കാൻ അതിന് അവകാശമുണ്ട്. ഒരു ന്യൂനപക്ഷ സ്ഥാപനം ഒരു മതേതര സ്ഥാപനത്തെപ്പോലെ പ്രവർത്തിക്കുകയാണെങ്കിൽ അത് സ്വാഗതം ചെയ്യേണ്ടതാണെന്ന് സുപ്രീംകോടതി പറഞ്ഞിട്ടുണ്ട്. ഒരു ന്യൂനപക്ഷ സ്കൂളിന് ന്യൂനപക്ഷ വിഭാഗത്തിൽ പെടാത്ത കുട്ടികൾക്ക് അഡ്മിഷൻ നല്കുന്നതിന് യാതൊരു നിരോധനവുമില്ല. മറ്റൊരു വിഭാഗത്തിൽ പെട്ട അദ്ധ്യാപകരെ തങ്ങളുടെ കുട്ടികളെ പഠിപ്പിക്കാനായി നിയമിക്കാനും അവർക്കാവും. നിയമപരമായതോ നടപ്പിലാക്കാവുന്നതോ ആയ എന്തെങ്കിലും അവകാശം ഹർജിക്കാരിയുടെ ഭാഗത്ത് ഇല്ലാത്തതിനാൽ കോടതി ഈ റിട്ട് ഹർജി തള്ളുന്നു.

മതപരമായ അവകാശങ്ങളും വിദ്യാഭ്യാസ സ്ഥാപനങ്ങളും ഉൾപ്പെടുന്ന കേസുകളുടെ ചരിത്രം സുദീർഘമായൊരു പരമ്പര പോലെയാണ്.

റഫറൻസ്

1. *Jane Sathya* vs. Meenakshi Sundaram Engineering College, W P No. 19215 of 2008, dt. 17.7.2012.
2. W Queen Sheeba vs. Joint Director of School Education, Chennai, 2010 (3) MLJ 917 = 2010 (2) CWC 126.

ജീവിക്കാനും തിരഞ്ഞെടുപ്പിനും അന്തസ്സിനുമുള്ള അവകാശം വ്യക്തിഗത പ്രയാണങ്ങൾ

പോതുമല്ലി

ആയിരത്തിത്തൊള്ളായിരത്തി ഇരുപതിന്റെ പകുതിയിൽ, തിരുനെൽവേലി ജില്ലയിലെ ചേരൻമകാദേവിയിൽ വി വി എസ് അയ്യർ നടത്തിവന്നിരുന്ന തമിഴ് ഗുരുകുല സ്കൂളിൽ ജാതി അടിസ്ഥാനത്തിൽ ഭക്ഷണം വിളമ്പുന്നതിനെച്ചൊല്ലി കോൺഗ്രസ് പാർട്ടിയിൽ ഒരു അഭിപ്രായ ഭിന്നത രൂപപ്പെട്ടിരുന്നു. അവിടെ ബ്രാഹ്മണ വിഭാഗത്തിൽനിന്നുള്ള രണ്ട് കുട്ടികളെ മറ്റ് കുട്ടികൾക്കൊപ്പമല്ലാതെ പ്രത്യേക മുറിയിൽ ഇരുത്തിയാണ് ഭക്ഷണം കൊടുത്തിരുന്നത്. 1925 മാർച്ച് 10 ന് ഈ വിഷയത്തിൽ ഡോ. വരദരാജലു നായിഡുവിന് കത്തെഴുതി.

> ഗുരുകുലം വിഷയത്തിൽ താങ്കളെ കണ്ട് സംസാരിക്കാതെ വ്യക്തമായ അഭിപ്രായം പറയില്ലെന്നാണ് ഞാൻ ശ്രീമാൻ അയ്യരോട് പറഞ്ഞത്. താങ്കളോട് സംസാരിച്ചത് പ്രകാരം, ഇപ്പോഴുള്ള ബ്രാഹ്മണ ബാലന്മാരുടെ രക്ഷിതാക്കൾ അവരെ പ്രത്യേകമിരുന്നു ഭക്ഷണം കഴിക്കാൻ അനുവദിക്കണമെന്ന് ആവശ്യപ്പെടുന്നുണ്ടെങ്കിൽ അവരുടെ ആശങ്ക പരിഗണിക്കപ്പെടേണ്ടതാണ്. എന്നാൽ ഭാവിയിൽ, ഏതെങ്കിലും കുട്ടിയുടെ രക്ഷിതാക്കൾക്ക് അവരുടെ മക്കളെ മറ്റു കുട്ടികൾക്കൊപ്പം ഇരുത്തി ഭക്ഷണം കൊടുക്കാൻ താല്പര്യമില്ലെന്നുണ്ടെങ്കിൽ അത്തരം കുട്ടികൾക്ക് പ്രവേശനം അനുവദിക്കുകയില്ല എന്ന് മുൻകൂട്ടി അറിയിക്കേണ്ടതാണ്. താങ്കളിൽ നിന്ന് മനസ്സിലായത് ഗുരുകുലത്തിലെ പാചകക്കാരൻ എപ്പോഴും ബ്രാഹ്മണനായിരിക്കും എന്നാണ്. ബ്രാഹ്മണരായ കുട്ടികളെയും അല്ലാത്ത കുട്ടികളെയും വേർതിരിക്കുന്നതാണ് നിങ്ങൾ എതിർക്കുന്നത്. ഭക്ഷണ സമയത്ത് എല്ലാ കുട്ടികളും ഒന്നി

ച്ചിരിക്കണം എന്നാണു ഞാൻ വിചാരിക്കുന്നത്. (*കളക്റ്റഡ് വർക്സ് ഓഫ് മഹാത്മാ ഗാന്ധി.* vol 30, p.371)

ഗുരുകുലം ഒരു സ്വകാര്യ സ്ഥാപനമാണെങ്കിലും അത് കോൺഗ്രസ് പാർട്ടിയിൽനിന്നും സാമ്പത്തിക സഹായം സ്വീകരിക്കുന്നുണ്ട്. അതിനാൽ ഇ വി രാമസാമി (പെരിയാർ) യും ഡോ. വരദരാജുലുവും മറ്റുള്ളവരും ഗുരുകുലത്തിലെ ഭക്ഷണ വിതരണത്തിലുള്ള ജാതി വിവേചനത്തെ ശക്തിയായി വിമർശിച്ചു. ഗുരുകുലം അതിന്റെ രീതികൾ പരിഷ്കരിക്കാത്ത പക്ഷം പാർട്ടി അവർക്ക് നല്കിവരുന്ന സാമ്പത്തിക സഹായം നിർത്തലാക്കുമെന്ന് ഭൂരിപക്ഷത്തിന്റെ പിന്തുണയോടെ കോൺഗ്രസ് കമ്മിറ്റി പ്രമേയം പാസാക്കി. ഇതിനുശേഷവും തമിഴ്നാട് കോൺഗ്രസ് പാർട്ടിയിൽ സമവായമുണ്ടായില്ല. അതിനാൽ ഇ വി ആറും ഡോ. വരദരാജുലുവും അവരുടെ പാർട്ടി അംഗത്വം രാജിവച്ചു.

ആ സമയത്ത് സമപന്തിഭോജനം ജാതി ഭേദങ്ങൾ ഇല്ലാതാക്കാനുള്ള സാമൂഹ്യ പ്രവർത്തനമായി പരിഗണിക്കപ്പെട്ടിരുന്നു. സ്വാതന്ത്ര്യത്തിനുശേഷം ഇന്ത്യൻ ഭരണഘടനയിൽ തൊട്ടുകൂടായ്മ ഇല്ലാതാക്കുന്ന അനുച്ഛേദം 17 ഉൾപ്പെടുത്തി. ഇന്നുവരെയും തൊട്ടുകൂടായ്മയെന്ന ദുരാചാരം സമൂഹത്തിൽനിന്നും മാഞ്ഞുപോയിട്ടില്ല. പാർശ്വവല്ക്കരിക്കപ്പെട്ട ആളുകൾ ചേരികളിലും കോളനികളിലുംതന്നെ ജീവിച്ചു പോന്നു. നഗരത്തിലേക്ക് ചെരുപ്പു ധരിച്ച് പ്രവേശിച്ചാൽ അവരെ തടയുകയും അധിക്ഷേപിക്കുകയും ചെയ്യുന്നത് പതിവാണ്. ചായക്കടകളിൽ രണ്ടു തരം പാത്രങ്ങൾ ഉപയോഗിക്കുന്ന രീതിയും നിലവിലുണ്ട്. 1989 - 90 ൽ മധുരയിൽനിന്നും ഏതാണ്ട് 40 കിലോമീറ്റർ ഉള്ളിലുള്ള ഉത്തപുരം എന്ന ഗ്രാമത്തിൽ മുന്നോക്കക്കാരായ പിള്ളൈമാരും ദളിത് മല്ലാർ വിഭാഗങ്ങളും താമസിക്കുന്ന പ്രദേശങ്ങൾ വേർതിരിച്ചുകൊണ്ട് നിർമ്മിക്കപ്പെട്ട മതിൽ തൊട്ടുകൂടായ്മയുടെ വലിയൊരു അടയാളമാണ്. 2008 ൽ മധുരൈ ജില്ല ഭരണകൂടം പൊളിച്ചുകളയുന്നതുവരെ ആ മതിൽ അവിടെ നിലനിന്നിരുന്നു.

ഭരണഘടന അനുച്ഛേദം 47 പറയുന്നത് തങ്ങളുടെ ജനങ്ങൾക്ക് പോഷകസമ്പുഷ്ടമായ ഭക്ഷണം ഉറപ്പാക്കേണ്ടത് സ്റ്റേറ്റിന്റെ കടമയാണെന്നാണ്. നാളിതുവരെ ഒരു സർക്കാരും ഇക്കാര്യത്തിൽ നടപടിയെടുത്തിട്ടില്ല.

കെ കാമരാജർ മുഖ്യമന്ത്രിയായിരുന്നപ്പോൾ(1954-62) പരീക്ഷണാടിസ്ഥാനത്തിൽ ചില സ്കൂളുകളിൽ ഉച്ചഭക്ഷണം നല്കുകയുണ്ടായി. പി എൽ 480 പദ്ധതിയുടെ കീഴിൽ യു എസ് സർക്കാർ വിതരണം ചെയ്തിരുന്ന ഗോതമ്പ് തവിടും സോയയും എണ്ണയും പാൽപ്പൊടിയും ഇതിനായി ഉപയോഗിച്ചു. അതൊരു സമഗ്ര പദ്ധതിയായിട്ടായിരുന്നില്ല നടപ്പിലാക്കിയത്. പോരാത്തതിന് വികസ്വര രാജ്യങ്ങളുടെ എതിർപ്പിനെ

തുടർന്ന് 1966 ൽ യു എസ് എ അവരുടെ ഭക്ഷ്യ സഹായം പിൻവലിച്ചു. പിന്നീട് എം ജി രാമചന്ദ്രൻ മുഖ്യമന്ത്രിയായപ്പോൾ (1977-87) എല്ലാ സ്കൂളുകളിലും ഉച്ചഭക്ഷണ കേന്ദ്രങ്ങൾ തുറന്നു. ആദ്യ ഘട്ടത്തിൽ ഗ്രാമ പഞ്ചായത്തുകൾക്ക് സാമ്പത്തിക സഹായമാണ് നല്കിയതെങ്കിൽ പിന്നീട് പദ്ധതി സാമൂഹ്യക്ഷേമ വകുപ്പിന് കീഴിലാക്കി. എല്ലാ സർക്കാർ, കോർപ്പറേഷൻ, എയ്ഡഡ് സ്കൂളുകളിലും ഉച്ചഭക്ഷണ കേന്ദ്രങ്ങൾ തുറന്നു. ഓരോ കേന്ദ്രത്തിലും മൂന്ന് വീതം തസ്തികകൾ. നടത്തിപ്പിന് ഒരാൾ, പാചകം ചെയ്യാൻ ഒരാൾ, കൂടാതെ ഒരു സഹായിയും. 1997 ൽ പുറത്തിറക്കിയ സർക്കാർ ഉത്തരവിൻ (ജി ഒ) പ്രകാരം കേന്ദ്രം നില്ക്കുന്ന ഗ്രാമത്തിന്റെ ഒരു കിലോമീറ്റർ ചുറ്റളവിലുള്ള സ്ത്രീകളെ വേണം നിയമിക്കാൻ. തമിഴ്നാട് മുഴുവനും ഒരു ലക്ഷത്തോളം തസ്തി കകൾ ഇത്തരത്തിൽ സൃഷ്ടിക്കപ്പെട്ടിട്ടും പട്ടികജാതിക്കാരായ സ്ത്രീകൾ ക്കുവേണ്ടി യാതൊരു സംവരണവും ഉൾപ്പെടുത്തിയിരുന്നില്ല. മാത്രമല്ല ഒരു കിലോമീറ്റർ ചുറ്റളവിന്റെ വ്യവസ്ഥയുള്ളതുകൊണ്ട് ദളിത് സ്ത്രീ കൾക്ക് ഈ തസ്തികയിലേക്ക് അപേക്ഷിക്കാനും കഴിയില്ല. ദളിതർ താമസിക്കുന്ന പ്രദേശങ്ങൾ എല്ലായിപ്പോഴും ഗ്രാമത്തിന്റെ പുറം അതി രുകളിലാണ്. തിരഞ്ഞെടുപ്പും നിയമനങ്ങളും പൂർണ്ണമായും സർക്കാർ നേരിട്ടോ അല്ലെങ്കിൽ നേരിട്ടുള്ള മേൽനോട്ടത്തിലോ ആണെന്നിരിക്കെ യാണ് ഇത്തരമൊരു അനീതി സംഭവിക്കുന്നത്. ഉച്ചഭക്ഷണ കേന്ദ്രങ്ങൾ പൂർണ്ണമായും കേന്ദ്രസർക്കാരിന്റെ ധനസഹായത്തിന് കീഴിലാണ്, അതായത് പൊതുഖജനാവിൽ നിന്നുള്ള പണംകൊണ്ട്. അവിടെ പട്ടിക ജാതി പട്ടികവർഗ്ഗക്കാർക്കുള്ള സംവരണം നടപ്പാക്കുന്നില്ല.

അംഗനവാടി സഹായികളുടെ നിയമനത്തിലും സർക്കാർ ഈ വി വേചനം തുടർന്നുവന്നിരുന്നു. 2003 ൽ കേന്ദ്ര സർക്കാർ പുറത്തിറക്കിയ ഒരു വിജ്ഞാപനമാണ് സംവരണം നടപ്പാക്കാത്തതിനെ ന്യായീകരി ക്കാൻ തമിഴ്നാട് സർക്കാർ കൂട്ടുപിടിച്ചത്.

> ദയവായി മുകളിൽ സൂചിപ്പിച്ച വിഷയത്തെക്കുറിച്ചുള്ള നിങ്ങളു ടെ കത്ത് നമ്പർ. എസ് എസ് ഡബ്ല്യൂ- 473/2003 തീയതി 17.10.2003 പരിശോധിക്കുക. ഐ സി ഡി സി, അംഗനവാടി വർക്കേഴ്സി നെയും സഹായികളെയും പ്രാദേശിക സമൂഹത്തിൽനിന്നുള്ള ഓ ണററി വർക്കേഴ്സ് ആയിട്ടാണ് വിഭാവനം ചെയ്യുന്നത്. അവരെ സർക്കാർ ഉദ്യോഗസ്ഥരുടെ ഗണത്തിൽ പെടുത്താൽ കഴിയാത്ത തിനാൽ പദ്ധതിയിൽ പട്ടികജാതി പട്ടികവർഗ്ഗ, ഒ ബി സി സംവ രണങ്ങൾ ഉൾപ്പെടുത്തിയിട്ടില്ല.

2007 ൽ റിപ്പോർട്ട് ചെയ്യപ്പെട്ട പി വസന്ത VS ജില്ലാ കളക്ടർ ദിണ്ടിഗൽ (6) MLJ 402 കേസിൽ വിധിപറയുമ്പോൾ, അപേക്ഷകർ ഉച്ചഭക്ഷണ

കേന്ദ്രങ്ങളുടെ ഒരു കിലോമീറ്റർ ചുറ്റളവിലുള്ളവരായിരിക്കണം എന്ന വ്യവസ്ഥ ഭരണഘടനാ വിരുദ്ധമാണെന്ന് ഹൈക്കോടതി പറഞ്ഞിട്ടുണ്ട്. അംഗനവാടി കേന്ദ്രങ്ങളുടെയോ ഉച്ചഭക്ഷണ കേന്ദ്രങ്ങളുടെയോ സമീപത്ത് താമസിക്കുന്നവർക്ക് മുൻഗണന നല്കുന്നെങ്കിൽ അത് പരിഗണിക്കപ്പെടേണ്ടത് രണ്ട് അപേക്ഷകർ തിരഞ്ഞെടുപ്പ് പ്രക്രിയയിൽ ഒരേ മാർക്ക് നേടുന്ന അവസരത്തിൽ മാത്രമായിരിക്കണം. അതു കഴിഞ്ഞും ദളിത് സ്ത്രീകൾക്ക് നീതി ലഭിക്കുകയുണ്ടായില്ല.

തിരുവരൂർ ജില്ലയിലെ, പോതുമല്ലി എന്ന് പേരുള്ള സ്ത്രീ ഒരു റിട്ട് ഹർജി സമർപ്പിച്ചു. ഉച്ചഭക്ഷണ കേന്ദ്രങ്ങളിലെ തസ്തികകളിൽ നിയമനം നടക്കുമ്പോൾ സാമൂഹ്യനീതിയുടെ തത്ത്വങ്ങൾ ഒന്നും പാലിക്കപ്പെടുന്നില്ലെന്നും ഈ നിയമനങ്ങളിൽ സംവരണം ഉറപ്പാക്കണമെന്നും ഹർജിയിൽ പറഞ്ഞിരുന്നു. ഈ കേസ് കേൾക്കുമ്പോൾ ഹൈക്കോടതി മുമ്പ് വി വി എസ് അയ്യരുടെ തമിഴ് ഗുരുകുലത്തിൽ നടന്ന വിവാദത്തെക്കുറിച്ചും അക്കാലത്ത് മഹാത്മാഗാന്ധിക്കും പെരിയാറിനുമിടയിൽ ഉണ്ടായ അഭിപ്രായഭിന്നതയെക്കുറിച്ചും സൂചിപ്പിച്ചു. എല്ലാ കുട്ടികളും ഒന്നിച്ചിരുന്ന് ഭക്ഷണം കഴിക്കണം എന്ന് പറഞ്ഞെങ്കിലും ഉയർന്ന ജാതിക്കാരുടെ താല്പര്യങ്ങൾ സംരക്ഷിക്കുന്നതിനായി പാചകത്തിന് ബ്രാഹ്മണ വിഭാഗത്തിൽപ്പെടുന്ന ആളെ നിയമിക്കുന്നതിനെ ഗാന്ധിജി അംഗീകരിച്ചു. സംവരണ നിയമം അനുസരിച്ച് ഒരു ദളിത് സ്ത്രീയെ നിയമിക്കുക എന്നാൽ അത് സാമ്പത്തികമായ ശാക്തീകരണം മാത്രമായിരിക്കില്ല പകരം ദളിതർ സമൂഹത്തിൽ അനുഭവിച്ചുവരുന്ന പാർശ്വവല്ക്കരണത്തിനും അതൊരു മാറ്റമുണ്ടാക്കുമെന്ന് കോടതി പറഞ്ഞു. അതിനാൽ കോടതി ഇപ്രകാരം രേഖപ്പെടുത്തി:

> ഉച്ചഭക്ഷണ പദ്ധതിയിലും അംഗനവാടി ജോലിക്കാരുടെ കാര്യത്തിലുമുള്ള തസ്തികകളിൽ ആളുകളെ നിയമിക്കുന്നതിനായി നിലവിൽ സർക്കാർ തയ്യാറാക്കിയിട്ടുള്ള മാർഗ്ഗനിർദ്ദേശപ്രകാരം ഗ്രാമവാസികൾക്കോ അതേ പ്രദേശത്ത് താമസിക്കുന്നവർക്കോ ആണ് മുൻഗണന. ഭൂരിപക്ഷം കേസുകളിലും സ്കൂളുകൾ അല്ലെങ്കിൽ അംഗനവാടികൾ സ്ഥിതിചെയ്യുന്നത് ഉയർന്ന ജാതിക്കാർ താമസിക്കുന്ന പ്രദേശങ്ങളിലാണ്. അങ്ങനെയുള്ളപ്പോൾ നിലവിലുള്ള മുൻഗണന പാലിക്കുക എന്നാൽ അത്തരം കേന്ദ്രങ്ങളിൽ ജോലി നോക്കാനുള്ള പട്ടികജാതിക്കാരുടെ അവസരം ഇല്ലാതാക്കുക എന്നാണ്. ദളിത് കോളനികളിൽ സ്കൂളുകളും അംഗനവാടികളും ഇല്ല എന്നതാണ് യാഥാർത്ഥ്യം. അതുകൊണ്ടാണ് ഭക്ഷണത്തിനുള്ള അവകാശത്തിന്റെ കേസിൽ ഭരണകൂടങ്ങളോട് എല്ലാ പട്ടികജാതി പട്ടികവർഗ്ഗ കോളനികളിലും അംഗനവാടികൾ

ഉണ്ടാവണം എന്ന് നിർദ്ദേശിച്ചത്. അത്തരം നിർദ്ദേശങ്ങൾ നടപ്പിൽ വരാൻ വളരെ വർഷങ്ങളെടുത്തേക്കും.

ദളിത് സ്ത്രീ പാചകം ചെയ്യുന്ന ഭക്ഷണം കഴിക്കുന്ന കുട്ടികൾ ജാതിയുടെ പേരിലുള്ള തൊട്ടുകൂടായ്മ എന്ന അനാചാരത്തെ തള്ളിക്കളയാൻ പഠിക്കുമെന്ന് കോടതി പറഞ്ഞു. അതിന് പുറമേ 1986 ൽ റിപ്പോർട്ട് ചെയ്യപ്പെട്ട ഭാരത് സേവാശ്രം സംഘ് VS സ്റ്റേറ്റ് ഓഫ് ഗുജറാത്ത് (4) SCC51 കേസും വരച്ചുകാട്ടി. സുപ്രീം കോടതിയുടെ വിധിയിൽ താഴെപ്പറയുന്ന കാര്യങ്ങൾ ചൂണ്ടിക്കാണിക്കുന്നുണ്ട്:

> പട്ടികജാതിയിലും പട്ടികവർഗ്ഗത്തിലും നിന്ന് അദ്ധ്യാപകർ ഉണ്ടാവണം എന്ന നിർബ്ബന്ധം പൊതുതാല്പര്യം കൂടിയാണ്. കുട്ടികൾ വളർന്നുവരേണ്ടത്, കാലങ്ങളായി മാറ്റിനിർത്തപ്പെട്ട വിഭാഗങ്ങളിൽ നിന്നുകൂടിയുള്ള കുട്ടികളോടും അദ്ധ്യാപകരോടും സ്വതന്ത്രമായി ഇടപഴകാൻ കഴിയുന്ന അന്തരീക്ഷത്തിലാണ്. പട്ടികജാതിയിലോ പട്ടികവർഗ്ഗത്തിലോ ഉൾപ്പെടുന്ന അദ്ധ്യാപകരെ ബഹുമാനിച്ച് ശീലിക്കുന്ന കുട്ടികൾ ഭാവിയിൽ തങ്ങൾ ആ വിഭാഗങ്ങളിലെ ആളുകളേക്കാൾ ഉന്നതരാണ് എന്ന തോന്നലിന്റെ പിടിയിൽനിന്ന് പുറത്തുവന്ന് ജീവിക്കാൻ പഠിക്കും. മറ്റുള്ളവരോട് വെറുപ്പും അവജ്ഞയും സൂക്ഷിക്കാത്ത വ്യക്തികളുള്ള സമൂഹത്തെ വളർത്തിയെടുക്കാനും ആ അന്തരീക്ഷം ഗുണകരമായിരിക്കും.

തമിഴ്നാട് സർക്കാർ കേന്ദ്രസർക്കാരിന്റെ വിജ്ഞാപനം പിന്തുടരേണ്ടതില്ലെന്നും 2008 ജൂൺ 30 ലെ ജി ഒയിൽ ജീവനക്കാരുടെ നിയമനത്തിൽ ഓരോ വിഭാഗക്കാർക്കും എത്രയെത്ര തസ്തികകൾ നീക്കിവയ്ക്കണമെന്ന് വ്യക്തമാക്കുന്ന കണക്കുകൾ തമിഴ്നാട്ടിലെ ഉച്ചഭക്ഷണ കേന്ദ്രങ്ങളിലെ നിയമനത്തിൽ കൃത്യമായും പാലിക്കണമെന്നും കോടതി പറഞ്ഞു. ഈ ഉത്തരവ് വന്നത് 2010 ഏപ്രിൽ 19 നാണ്.

അന്നത്തെ മുഖ്യമന്ത്രി കലൈഞ്ചർ കരുണാനിധി ഉടനടി തന്നെ സർക്കാർ ഉത്തരവ് നമ്പർ 142 (സാമൂഹ്യക്ഷേമം) പുറത്തിറക്കുകയും(2010 ജൂലായ് 6) കോടതി വിധി നടപ്പിലാക്കുകയും ചെയ്തു. പോതുമല്ലിയുടെ പോരാട്ടത്തിലൂടെ വഴിതുറന്ന് കിട്ടിയത് സംവരണപ്രകാരം നിയമിക്കപ്പെട്ട 25000 ത്തോളം ദളിത് സ്ത്രീകൾക്കാണ്. തമിഴ്നാടിന് പിന്നാലെ സമാന രീതിയിൽ ഉത്തർപ്രദേശ് മുഖ്യമന്ത്രി മായാവതി ഇറക്കിയ സർക്കാർ ഓർഡർ നിക്ഷിപ്ത താല്പര്യക്കാരുടെ കടുത്ത എതിർപ്പ് നേരിട്ടു. *ഇന്ത്യ ടുഡെ*യിൽ വന്ന റിപ്പോർട്ട് പ്രകാരം (2010 ജൂലായ് 17) യു പിയിൽ ആയിരത്തിലധികം കുട്ടികളാണ് സർക്കാർ സ്കൂളുകളിൽനിന്നും

സ്വകാര്യ സ്കൂളുകളിലേക്ക് മാറിയത്. ദളിതർ പാചകം ചെയ്ത ഭക്ഷണം ഒഴിവാക്കുന്നതിനായിരുന്നു ഇത്. 2009 മാർച്ചിൽ ജാൻ ഷാ സോഷ്യൽ ഡെവലപ്മെന്റ് സൊസൈറ്റി പുറത്തിറക്കിയ പഠനത്തിൽ മദ്ധ്യപ്രദേശിലെ സ്കൂളുകളിൽ തുടർന്നുകൊണ്ടിരിക്കുന്ന തൊട്ടുകൂടായ്മ തുറന്ന് കാട്ടുന്നുണ്ട്. 63 ശതമാനത്തോളം ദളിത് കുട്ടികൾ അവിടെ ഉച്ചഭക്ഷണ വേളയിൽ മറ്റു കുട്ടികളിൽനിന്നും മാറ്റി ഇരുത്തപ്പെടുന്നതായി റിപ്പോർട്ട് ചെയ്തിട്ടുണ്ട്. എന്നാൽ സാമൂഹ്യ നീതിയെപ്പറ്റി കൂടുതൽ അവബോധമുള്ളതിനാൽ തമിഴ്നാട്ടിൽ പോതുമല്ലി കേസ് വലിയ ചലനങ്ങൾ ഉണ്ടാക്കിയിട്ടുണ്ട്.

റഫറൻസ്

D Pothumallee vs. District Collector, Thiruvarur, 2010 (5) MLJ 46.

തമിളരസി

തന്റെ വിജയത്തിന്റെ മധുരം നുകരാൻ തമിളരസി ഇന്ന് ജീവിച്ചിരിപ്പില്ല. പക്ഷേ, അവർ നേരിട്ട അത്രയും അപമാനങ്ങളും ഭീഷണികളും മറ്റൊരാൾക്കും നേരിടേണ്ടി വരരുത്. നീതിക്കായി അവർ നടത്തിയ പോരാട്ടം അത്രയേറെ പ്രധാനപ്പെട്ടതും അഭൂതപൂർവ്വവുമാണ്.

തമിളരസി ഒരു ബിരുദാനന്തരബിരുദധാരിയായിരുന്നു. അവിവാഹിത. പ്രായം ചെന്ന അച്ഛനമ്മമാർക്കൊപ്പം താമസിച്ചിരുന്ന അവർ വീടിന് സമീപത്തുള്ള കുട്ടികൾക്ക് ഇംഗ്ലീഷ് ട്യൂഷനെടുത്തിരുന്നു. 1982 ൽ സർവ്വീസിൽ കയറിയ അംഗനവാടി വർക്കറും കൂടിയായിരുന്നു തമിളരസി. ഇരുപത്തിയഞ്ച് വർഷത്തെ ഉദ്യോഗത്തിനിടെ ജില്ലാ കളക്ടറിൽനിന്നും മികച്ച പ്രകടനത്തിനുള്ള ബഹുമതിയും നേടിയിരുന്നു. 2006 ൽ അവർ സർവ്വീസിൽനിന്ന് പുറത്താക്കപ്പെട്ടു. തമിളരസിയും അവരുടെ മേലധികാരിയും തമ്മിലുണ്ടായ ഒരു അഭിപ്രായ വ്യത്യാസത്തെ തുടർന്നായിരുന്നു അത്. ഔദ്യോഗികമായ കാരണം പറയുന്നത് തൂത്തുക്കുടി ജില്ലാ കളക്ടർ അവരെ പുറത്താക്കാൻ ഉത്തരവിട്ടു എന്നാണ്. എന്നാൽ യാഥാർത്ഥ്യം കുറച്ചുകൂടി സങ്കീർണ്ണമാണ്. തമിളരസി മെഡിക്കൽ അവധിയിൽ ആയിരുന്ന സമയത്ത് അവരുടെ മേലധികാരി തില്ലാന മോഹനാംബാൾ അസിസ്റ്റന്റ് മെഡിക്കൽ ഓഫീസറിൽനിന്നും തമിളരസിക്ക് സ്കീസോഫ്രീനിയ എന്ന മാനസിക രോഗമുള്ളതായി രേഖ സമ്പാദിച്ചു. അത് ജില്ലാ കളക്ടർക്ക് അയച്ചുകൊടുത്തു. ഈ സർട്ടിഫിക്കറ്റിന്റെ അടിസ്ഥാനത്തിലാണ് അവരെ ജോലിയിൽനിന്ന് പുറത്താക്കാൻ കളക്ടർ ഉത്തരവിട്ടത്. പിന്നീട് കോടതി രേഖപ്പെടുത്തിയത് പ്രകാരം:

> ഈ കേസിൽ ഏതെങ്കിലും തരത്തിലുള്ള അന്വേഷണം നടക്കുകയോ ഹർജിക്കാരിക്ക് അവരുടെ വശം പറയാനുള്ള ന്യായമായ

അവസരം നല്കുകയോ ചെയ്തിട്ടില്ല. 2006 ജനുവരി ഫെബ്രുവരി മാസത്തിനുള്ളിലാണ് ചാർജ് മെമ്മോയും പിരിച്ചുവിടൽ ഉത്തരവും എല്ലാം വന്നിരിക്കുന്നത്. ആ സമയത്ത് ഹർജിക്കാരി സർട്ടിഫിക്കറ്റും അവധി അപേക്ഷയും നല്കി മെഡിക്കൽ അവധിയിലായിരുന്നു.

തമിളരസി മദ്രാസ് ഹൈക്കോടതിയിൽ ഒരു റിട്ട് ഹർജി സമർപ്പിച്ചു. കോടതി താഴെപ്പറയുന്ന കാര്യങ്ങൾ നിരീക്ഷിച്ചു:

ഒരു ചൈൽഡ് ഡെവലപ്മെന്റ് ഓഫീസറായിട്ടുകൂടി, ഹർജിക്കാരി മനോരോഗിയാണെന്ന് സ്ഥാപിക്കാൻ മൂന്നാം എതിർകക്ഷിയെ തെരഞ്ഞെടുത്തത് ദൗർഭാഗ്യകരം തന്നെ. പ്രസക്തമായ നിയമങ്ങളിൽ അത്തരം വാക്കുകൾക്ക് ഒരു സ്ഥാനവുമില്ല. ഒരു വെൽഫെയർ ഓഫീസർ ആയിരുന്നിട്ടുകൂടി ഹർജിക്കാരിയുടെ അവസ്ഥയും കുടുംബപശ്ചാത്തലവും കണ്ട് മനസ്സിലാക്കാൻ ശ്രമിച്ചില്ല. 1987 ലെ മെന്റൽ ഹെൽത്ത് ആക്റ്റ് അനുസരിച്ചുള്ള ഉചിതമായ സർട്ടിഫിക്കറ്റ് ലഭ്യമാക്കാനായി ഹർജിക്കാരിയെ മെഡിക്കൽ ബോർഡിന് മുന്നിലേക്ക് അയയ്ക്കാനും അവർ ശ്രമിച്ചില്ല.

കൊളോണിയൽ കാലത്ത് നിലനിന്നിരുന്ന ഇന്ത്യൻ ലൂനസി ആക്റ്റ്, 1912 ഉപേക്ഷിച്ച് 1987 ൽ പാർലമെന്റ് മെന്റൽ ഹെൽത്ത് ആക്റ്റ് കൊണ്ടുവന്നു. ഇതുപ്രകാരം ഒരു മനോരോഗ വിദഗ്ദ്ധൻ ഉൾപ്പെടുന്ന മെഡിക്കൽ കമ്മിറ്റിക്ക് മാത്രമേ ഒരാൾ മാനസികരോഗിയാണോ അല്ലയോ എന്ന് തീരുമാനിക്കാൻ കഴിയൂ. മാനസിക രോഗങ്ങൾ പലവിധമുണ്ടെങ്കിലും ഈ നിയമപ്രകാരം മാനസികരോഗി എന്നാൽ ബുദ്ധിമാന്ദ്യം ഒഴികെയുള്ള, ചികിത്സ ആവശ്യമായ മാനസിക അസുഖങ്ങളുള്ള ആളുകളാണ്. ആദ്യം പരിശോധിക്കേണ്ടിയിരുന്ന വിഷയം യഥാർത്ഥത്തിൽ തമിളരസി മാനസികരോഗിയാണോ അവർക്ക് സ്കീസോഫ്രീനിയ ഉണ്ടോ എന്നതായിരുന്നു. അത് അവരുടെ മേലധികാരി തില്ലാന മോഹനാംബാൾ ചെയ്തതുപോലെ ഏതെങ്കിലും മെഡിക്കൽ ഓഫീസറെ കൊണ്ട് ചെയ്യിക്കാവുന്ന കാര്യമല്ല.

തന്റെ മാനസികാരോഗ്യം തൃപ്തികരമല്ലെന്ന് പറയുന്നത് തെറ്റാണെന്നും ജോലിയിൽനിന്ന് പുറത്താക്കുന്ന ഉത്തരവ് റദ്ദാക്കണമെന്നും തമിളരസി കോടതി മുമ്പാകെ പറഞ്ഞു. അല്പം ആലോചിച്ചശേഷം മധുരൈ രാജാജി ആശുപത്രിയിലെ പരിശോധനയ്ക്ക് വിധേയയാകാൻ അവർ സമ്മതിച്ചു. മനഃശാസ്ത്ര വിഭാഗം തലവൻ ഡോ. രാമസുബ്രഹ്മണ്യം ഒരു മാസക്കാലം അവരെ നിരീക്ഷണത്തിൽ വച്ചു. കർത്തവ്യങ്ങൾ നിർവ്വഹിക്കുന്നതിന് തടസ്സമാകുന്ന യാതൊരു മാനസിക രോഗങ്ങളും അവർക്കില്ലെന്ന് അദ്ദേഹം രേഖപ്പെടുത്തി. റിപ്പോർട്ട് വ്യക്തമായി പറയുന്നത്:

> അവർക്ക് പാരനോയിഡ് സ്കീസോഫ്രീനിയ എന്ന അസുഖം ഉണ്ടെങ്കിലും അതിന്റെ എല്ലാ ലക്ഷണങ്ങളും കൃത്യമായ മരുന്നുകളാൽ നിയന്ത്രിക്കപ്പെട്ടിട്ടുള്ളതാണ്. ഒരു മനോരോഗ വിദഗ്ദ്ധന്റെ മേൽനോട്ടത്തിൽ ഫലപ്രദമായ ആന്റിസൈക്കോട്ടിക് മരുന്നുകളും മൂഡ് സ്റ്റബിലൈസറുകളും എടുക്കുക വഴി എല്ലാ ഔദ്യോഗിക ഉത്തരവാദിത്വങ്ങളും നിറവേറ്റാൻ അവർക്ക് സാധിക്കുന്നതാണ്.

ഈ സർട്ടിഫിക്കറ്റ് ഒരു സീൽചെയ്ത കവറിൽ അയയ്ക്കപ്പെട്ടു. അതേത്തുടർന്ന് കേസ് ലിസ്റ്റ് ചെയ്യപ്പെട്ടു. ഈ സർട്ടിഫിക്കറ്റിന്റെ ഉള്ളടക്കം മനസ്സിലാക്കിയ ഗവൺമെന്റ് പ്ലീഡർ കേസ് മാറ്റിവയ്പ്പിക്കാൻ ശ്രമിച്ചു. കോടതിയുടെ നോട്ടത്തിൽ ഏറ്റവും അനുയോജ്യമായി തോന്നുന്ന, ലോക മാനസികാരോഗ്യ ദിനമായ ഡിസംബർ 10 (2007) ന് വിധി പറയുന്നതാണെന്ന് കോടതി അഭിഭാഷകനെ അറിയിച്ചു.

മാനസിക ആരോഗ്യത്തിലെ പ്രശ്നങ്ങൾക്കായി ഒരു ദിവസം തന്നെ മാറ്റിവച്ചിട്ടും നമുക്ക് അതേപ്പറ്റി യാതൊരു ധാരണയുമില്ല. പാശ്ചാത്യ രാജ്യങ്ങളിൽ എങ്ങോ നടക്കുന്ന ഒന്നെന്നപോലെ മാനസികരോഗങ്ങളെ നാം തള്ളിക്കളയുന്നു. ഒരു ലക്ഷം പേർ താമസിക്കുന്ന ഒരു പട്ടണം എടുത്താൽ അതിൽ മൂന്നൂറുപേർക്കെങ്കിലും മാനസികാരോഗ്യ പ്രശ്നങ്ങൾ ഉണ്ടാവും. ഈ വിഷയത്തിൽ തമിഴ്നാട്ടിലെ പൊതുവായ രീതി അങ്ങനെയുള്ളവരെ ഏർവാഡി ദർഗ്ഗ, ഗുണശീലം വിഷ്ണു ക്ഷേത്രം (രണ്ടും രാമനാഥപുരം ജില്ലയിലാണ്) പോലുള്ള സ്ഥലങ്ങളിലേക്ക് കൊണ്ടുപോവുക എന്നതാണ്. ഇവിടങ്ങളിൽ മനോരോഗ ചികിത്സയും മതപരമായ ചടങ്ങുകളും ചേർത്താണ് പ്രയോഗിക്കുന്നത്. ചികിത്സ സൗജന്യമാണ്. ആരെങ്കിലും ഒരാൾ ഒരു മനോരോഗവിദഗ്ദ്ധനെ സമീപിച്ചാൽ നമ്മളവരെ ഭ്രാന്തനെന്ന് മുദ്രകുത്തും. കന്യാകുമാരിയിലെ ഒരു സംഭവം ഉദാഹരണമായെടുക്കാം. അവിടെ കളക്ടർ യാചകരെ മുഴുവൻ മനോരോഗികളെന്ന് മുദ്രകുത്തി അവരെ ചെന്നൈയിലെ മാനസികാരോഗ്യ ആശുപത്രിയിലേക്ക് കൊണ്ടുപോയി. പ്രദേശത്തുനിന്നും അവരെ ഒഴിപ്പിക്കുന്ന നടപടിയായിരുന്നു അത്.

യാതൊരുവിധ അന്വേഷണമോ ന്യായമോ ഇല്ലാതെ പുറപ്പെടുവിച്ച പിരിച്ചുവിടൽ ഉത്തരവ് കോടതി റദ്ദാക്കി. തമിളരസിയെ മുൻകാല വേതനത്തോടെ ജോലിയിൽ തിരികെയെടുക്കാൻ കോടതി ഉത്തരവിട്ടു:

> ഒരു സർക്കാർ ജീവനക്കാരന്റെ/ജീവനക്കാരിയുടെ കാര്യത്തിൽ സർവ്വീസ് കാലയളവിൽ അവർക്ക് എന്തെങ്കിലും വൈകല്യങ്ങൾ ഉണ്ടാവുന്നുവെങ്കിൽ അവരെ സ്വയം ഭ്രാന്തരാക്കി മുദ്രകുത്തുകയും അതിനുള്ള വസ്തുതാപരമായ തെളിവുകൾ ഇല്ലാതെ തന്നെ അവരെ ജോലിക്ക് യോഗ്യരല്ലെന്ന് പ്രഖ്യാപിക്കുകയും ചെയ്യുന്നത് അനുയോജ്യമായ കാര്യമല്ല. അത് കുറേക്കൂടി സങ്കടകരമായ വ്യാഖ്യാനമാണ് ഉണ്ടാക്കുക. ഇക്കാര്യത്തിൽ നിലനില്

ക്കുന്ന പ്രത്യേക നിയമത്തെ മനസ്സിലാക്കുന്നതിൽ എതിർകക്ഷികളുടെ തികഞ്ഞ അറിവില്ലായ്മയാണിത് കാണിക്കുന്നത്. ഭരണസംവിധാനത്തിൽ ഇതിന് കുറേക്കൂടി ബോധവത്ക്കരണം ആവശ്യമാണ്.

മാനസികാരോഗ്യത്തിന്റെ കാര്യത്തിൽ യാതൊരു ശ്രദ്ധയും സൂക്ഷ്മതയുമില്ലാതെ പ്രവർത്തിച്ച ജില്ലാ കളക്ടർക്ക് 5000 രൂപ പിഴയിട്ടു.

സർവ്വീസിലിരിക്കെ ഒരാളുടെ മാനസികാരോഗ്യം മോശമാവുകയും ഔദ്യോഗിക കർത്തവ്യങ്ങൾ നിർവ്വഹിക്കാൻ കഴിയാതെ വരികയും ചെയ്താൽ അവരെ എളുപ്പത്തിൽ ജോലിയിൽനിന്ന് നീക്കം ചെയ്യാനാവില്ല. പേഴ്സൺസ് വിത്ത് ഡിസെബിലിറ്റീസ് (ഈക്വൽ ഓപ്പർച്യൂണിറ്റീസ്, പ്രൊട്ടക്ഷൻ ഓഫ് റൈറ്റ്സ് ആന്റ് ഫുൾ പാർട്ടിസിപ്പേഷൻ) ആക്റ്റ്, 1995 ന്റെ 47-ാം വകുപ്പ് പറയുന്നത് മനോരോഗങ്ങളാൽ ബുദ്ധിമുട്ടുന്ന ഒരു ജീവനക്കാരെയും സർവ്വീസിൽനിന്ന് പിരിച്ചുവിടാൻ പാടില്ല എന്നാണ്.

ഹർജിക്കാരി മാനസികാരോഗ്യത്തിന്റെ കാര്യത്തിൽ മോശം അവസ്ഥയിലാണെന്ന് കണ്ടെത്തിയാൽത്തന്നെ ഡിസെബിലിറ്റി ആക്റ്റിന്റെ 47-ാം വകുപ്പ് പ്രകാരം തുല്യവേതനത്തിലുള്ള അനുയോജ്യമായ മറ്റൊരു ജോലി അവർക്ക് നല്കിയേ മതിയാവൂ.

47-ാം വകുപ്പ് പരിഗണിക്കപ്പെടുന്ന ആദ്യത്തെ കേസായിരുന്നു ഇത്.

റഫറൻസ്

A Tamilarasi vs. The District Collector, Tuticorin, 2007 (6) MLJ 425 = 2007 (4) LLN 452.

ജാനകി എന്ന ധീരയായ മുത്തശ്ശി

ജാനകി എന്നു പേരുള്ള ഒരു മുത്തശ്ശിയുടെ വീട് കുംഭകോണം എന്ന ക്ഷേത്ര നഗരത്തിൽ വെസ്റ്റ് സന്നിധി സ്ട്രീറ്റിൽ ക്ഷേത്രത്തിൽ നിന്ന് ഇരുപതടി അകലെയാണ്. ആ തെരുവിലുള്ള എല്ലാ വീടുകളും തെരുവിൽനിന്നും രണ്ടടി ഉയരത്തിലാണ് നിർമ്മിച്ചിട്ടുള്ളത്. മുത്തശ്ശിയുടെ വീടിന് മുന്നിൽ രണ്ട് ചെറിയ പടികൾ ഉണ്ടായിരുന്നു. 2005 ൽ കുംഭകോണം മുനിസിപ്പാലിറ്റി പൊടുന്നനെ ആ പടികൾ പൊളിച്ചുകളയാനെത്തി. കാരണം ചോദിച്ചപ്പോൾ മുനിസിപ്പാലിറ്റി പരിധിയിലുള്ള എല്ലാ കൈയേറ്റങ്ങളും ഒഴിപ്പിക്കാൻ ഹൈക്കോടതിയുടെ ഉത്തരവുണ്ടെന്നാണ് അറിയിച്ചത്.

പടികൾ പൊളിച്ച് കളഞ്ഞാൽ ഈ പ്രായത്തിൽ മുത്തശ്ശിക്ക് വീട്ടിൽ നിന്ന് പുറത്തേക്കിറങ്ങാനോ തിരിച്ചു കയറാനോ എളുപ്പം സാധിക്കില്ല. ഫലത്തിൽ അവർ വീട്ടുതടങ്കലിലാവും. ഇക്കാര്യം കാണിച്ച് മുത്തശ്ശി, മദ്രാസ് ഹൈക്കോടതിയുടെ മധുരൈ ബെഞ്ചിന് ഒരു കത്തെഴുതി. തനിക്കൊരു അഭിഭാഷകനെ വയ്ക്കാൻ പാങ്ങില്ലെന്നും തന്റെ വീടിന് മുന്നിലെ പടികൾ തകർക്കുന്നതിൽനിന്നും കോടതി മുനിസിപ്പാലിറ്റിയെ തടയണമെന്നും അവർ അഭ്യർത്ഥിച്ചു. അടുത്ത വീട്ടിലെ കുട്ടിയുടെ കൈയിൽ കത്ത് പോസ്റ്റ് ചെയ്യാനായി ഏല്പിച്ചശേഷം ബാക്കിയെല്ലാം സാരംഗപാണി പെരുമാളിൽ അർപ്പിച്ച് ദിനചര്യകളിലേക്ക് മടങ്ങി. ഹൈക്കോടതി കത്ത് റിട്ട് ഹർജിയായി പരിഗണിക്കുകയും മുനിസിപ്പാലിറ്റിക്ക് നോട്ടീസ് അയയ്ക്കുകയും ചെയ്തു. കോടതി പറഞ്ഞു:

> അധികാരികളോട് അഭ്യർത്ഥിച്ചിട്ടും വീട്ടിലേക്കുള്ള ഒരേയൊരു പ്രവേശന മാർഗ്ഗമായ ആ രണ്ട് ചവിട്ടുപടികൾ അവർ നശിപ്പിച്ചു. തനിക്ക് അഭിഭാഷകനെ ഏർപ്പാടാക്കാൻ പാങ്ങില്ലെന്നും പടികൾ തിരികെ നിർമ്മിച്ചുകിട്ടാനായി കോടതിയിൽ ഹാജരാകാൻ സാധിക്കുകയില്ലെന്നും അവർ പറഞ്ഞിട്ടുണ്ട്.... കത്തിൽ പടികളുടെ

> വലുപ്പംപോലും അവർ രേഖപ്പെടുത്തിയിട്ടുണ്ട്. അത് 27ഃ11ഃ9 ഇഞ്ചാണ്. ഇതേ വലിപ്പമാണ് രണ്ടാമത്തെ പടിക്കും ഉള്ളത്. അത് ആർക്കും ഒരു തടസ്സവും ഉണ്ടാക്കാൻ പോന്നതല്ല.

രണ്ടര വർഷത്തിനുശേഷമാണ് മുനിസിപ്പാലിറ്റി ഇതിന്റെ പ്രതികരണം സമർപ്പിക്കുന്നത്. അതിൽ പറയുന്നത് കൈയേറ്റങ്ങൾ ഒഴിപ്പിക്കുന്നത് അവരുടെ കടമയാണെന്നും ചെറിയ കൈയേറ്റങ്ങൾ ഒഴിപ്പിക്കുന്നത് തടഞ്ഞാൽപ്പിന്നെ വലിയവ അവർ എങ്ങനെ ഒഴിപ്പിക്കും എന്നുമാണ്. ഈ മറുപടിയിൽ തൃപ്തിവരാത്ത ഹൈക്കോടതി വെസ്റ്റ് സന്നിധി സ്ട്രീറ്റിന്റെ ഒരു ഫോട്ടോയും ഒരു മാപ്പും സമർപ്പിക്കാൻ ആവശ്യപ്പെട്ടു. മാപ്പ് പ്രകാരം ആ രണ്ട് പടികൾ എടുക്കുന്ന സ്ഥലം 0.1748 ചതുരശ്ര അടിയാണ് (0.25 ചതുരശ്ര അടിയേക്കാൾ കുറവ്). തെരുവാകട്ടെ ഇരുപതടി വീതിയുള്ളതും. കോടതിയിൽ സമർപ്പിച്ച ഫോട്ടോയിൽ ജാനകി മുത്തശ്ശിയുടെ വീടിന് മുന്നിൽ തെരുവിന് നടുക്കായി സ്ഥിതി ചെയ്യുന്ന ഒരു വൈദ്യുത പോസ്റ്റ് കാണാം. മാപ്പും ഫോട്ടോയും കണ്ടു കഴിഞ്ഞപ്പോൾ കോടതിക്ക് ഒരു കാര്യം ബോദ്ധ്യമായി. മുനിസിപ്പാലിറ്റിയുടെ പ്രവൃത്തി വഞ്ചനാപരവും ദയനീയവുമാണ്. അതിലൂടെ യാതൊരു പൊതുതാല്പര്യവും സംരക്ഷിക്കപ്പെടുന്നില്ല. പകരം സന്നിധി സ്ട്രീറ്റിലെ താമസക്കാരെ ശിക്ഷിക്കുന്നതാണ് അത്. മാത്രമല്ല ക്ഷേത്രത്തിൽ അവസാനിക്കുന്ന ആ തെരുവ് ഒരു പൊതുവീഥിയുമല്ല.

കോടതി പറഞ്ഞു:

> കമ്മീഷണർക്ക് അയാളുടെ മുൻഗണനകളെക്കുറിച്ച് വ്യക്തതയുണ്ടാവണം. പ്രായം ചെന്ന ഒരു സ്ത്രീ താമസിക്കുന്ന വീടിന് മുന്നിലെ പടികൾ, ചിത്രത്തിൽ കാണുംപോലെ ആർക്കും ഒരു ഉപദ്രവവും ഉണ്ടാക്കാത്തപക്ഷം, വല്ലപ്പോഴും കാറിൽ ക്ഷേത്രത്തിലേക്ക് വരുന്ന ഭക്തരുടെ പേരിൽ പൊളിച്ചുമാറ്റാൻ കഴിയില്ല. ഹർജിക്കാരിയെ പോലുള്ളവരാണ് ആ സ്ഥലത്ത് വർഷത്തിൽ 365 ദിവസവും താമസിക്കുന്നത്. പ്രായം ചെന്ന ഒരു സ്ത്രീ പടികൾ ഒന്നുമില്ലാതെ രണ്ടടി ഉയരത്തിലുള്ള വീട്ടിലേക്ക് കയറിക്കൊള്ളും എന്ന് കണക്കാക്കാൻ കഴിയില്ല.

കോടതി, മുനിസിപ്പാലിറ്റിയെ ശകാരിക്കുക മാത്രമല്ല, ആ രണ്ട് പടികൾ പൊളിച്ചുമാറ്റാൻ പാടില്ലെന്നു വിധിക്കുകയും ചെയ്തു. വിധിയുടെ പകർപ്പ് സൗജന്യമായി മുത്തശ്ശിക്ക് അയച്ചുകൊടുക്കാനും കോടതി നിർദ്ദേശിച്ചു.

ജാനകി മുത്തശ്ശിയുടെ നിർഭയമായ നടപടിയെ പ്രശംസിക്കാൻ വാക്കുകളില്ല. വളരെ പ്രായംചെന്നിട്ടു കൂടി വെറുമൊരു പോസ്റ്റ് കാർഡിനെ ഫലപ്രദമായ ആയുധമാക്കി അവർ നീതിക്കുവേണ്ടി പോരാടി.

റഫറൻസ്

S Janaki vs. The District Collector, Thanjavur, W P (MD) No. 2871 of 2005, dt. 10.9.2008.

ശുചിമുറികളുടെ പ്രശ്നങ്ങൾ

സിന്ധു നദീതട സംസ്കാരത്തിന്റെ സന്താനങ്ങളാണ് നാം. അയ്യായിരം വർഷങ്ങൾക്ക് മുൻപ് കുളിമുറികളും കക്കൂസുകളും നിർമ്മിച്ചിരുന്ന മനുഷ്യരുടെ പിന്മുറക്കാരാണെന്ന് നമുക്കഭിമാനിക്കാം. മൊഹൻ ജൊദാരോയെപ്പറ്റിയും ഹാരപ്പയെപ്പറ്റിയും പഠിക്കാതെ ഹിസ്റ്ററി പരീക്ഷ ജയിച്ച ആരുമുണ്ടാവില്ല. പാകിസ്ഥാനിൽ ഹൈദരാബാദിൽനിന്ന് 62 കിലോമീറ്റർ ദൂരെ ലോത്തൽ എന്ന ഗ്രാമത്തിൽ അതിർത്തിയുടെ ഇന്ത്യൻ ഭാഗത്ത് നടത്തിയ ഖനനങ്ങൾ, ചുട്ട ചെളികൊണ്ട് നിർമ്മിച്ച അഴുക്കുചാലുകൾ കണ്ടെടുത്തിരുന്നു. ഹാരപ്പയിൽ നിന്ന് കണ്ടെടുത്തത് ചുട്ടെടുത്ത കളിമണ്ണിൽ നിർമ്മിച്ച കക്കൂസുകളും കുളിമുറികളുമാണ്. മൊഹൻജൊദാരോയിലെ പര്യവേഷണത്തിൽ കണ്ടെത്തിയ മറ്റൊരു കാര്യം അക്കാലത്തെ ദ്രാവിഡ ജനതയുടെ വീടുകളിൽത്തന്നെ ശൗചാലയങ്ങൾ (അറ്റാച്ച്ഡ് ടോയ്‌ലറ്റ്) ഉണ്ടായിരുന്നു എന്നതാണ്.

ഇത്രയും മഹത്തായ പൈതൃകത്തിന്റെ പിന്മുറക്കാർ! തമിഴ്നാടും തമിഴ് സംസാരിക്കുന്ന ജനങ്ങളും എത്രയോ അധഃപതിച്ചിരിക്കുന്നു. എന്തുകൊണ്ടാണ് നിങ്ങൾ ചരിത്രം മറന്നുപോകുന്നത്? ഏഷ്യൻ- ആഫ്രിക്കൻ രാജ്യങ്ങളിലെ നാല്പത്തിരണ്ട് ശതമാനം ആളുകൾ വെളിമ്പറമ്പുകളെ അവരുടെ ശൗചാലയങ്ങളായി തെരഞ്ഞെടുത്തിരിക്കുന്നു. എന്നിട്ട് തുറന്ന സ്ഥലങ്ങളിൽ മലമൂത്ര വിസർജ്ജനം നടത്തുന്നതുമൂലമുള്ള ഗുരുതരമായ ആരോഗ്യ പ്രശ്നങ്ങളും ഭീഷണികളും നേരിടുന്നു. ഒരു കേസിൽ ഹൈക്കോടതി സമാനമായ ചോദ്യങ്ങൾ ചോദിച്ചിരുന്നു. പക്ഷേ, നമ്മൾ കാണാൻ പോകുന്നത് മറ്റൊരു കേസാണ്, നിലവിലുള്ള ഒരു ശുചിമുറിയുടെ കേസ്.

അമ്പത്തൂരിൽ ഒരു ജില്ലാ മുൻസിഫ് കോടതിയുണ്ട്. ദിവസവും രണ്ടായിരത്തോളം ആളുകൾ വന്നുപോകുന്ന സ്ഥലം. അതിൽ ഇരുന്നൂറ്

പേർ അഭിഭാഷകരും ഇരുപതുപേർ കോടതി ജീവനക്കാരുമാണ്. പെട്ടെന്ന് 2006 നവംബറിലെ ഒരു ദിവസം ആ ശൗചാലയങ്ങളുടെ വാതിലുകൾ താഴിട്ടു പൂട്ടപ്പെട്ടു. കാരണമെന്താണെന്ന് ആർക്കും അറിയില്ല. രേണുക ദേവി എന്ന ഒരു വനിതാ അഭിഭാഷക ഒരാഴ്ചയോളം ഈ ദുരിതം അനുഭവിച്ചുകഴിഞ്ഞപ്പോൾ ഒരു തമിഴ് പത്രത്തിന്റെ പരാതി വിഭാഗത്തിലേക്ക് ഒരു കത്തയച്ചു. അത് കാണാനിടവന്ന ഞാൻ അതിന്റെ പരിഭാഷ അന്നത്തെ ചീഫ് ജസ്റ്റിസ് എ പി ഷായുടെ ശ്രദ്ധയിൽ പെടുത്തി. ഞങ്ങളത് റിട്ട് ഹർജിയായി പരിഗണിക്കുകയും അമ്പത്തൂർ മുൻസിപ്പാലിറ്റി കമ്മീഷണർക്ക് നോട്ടീസ് അയയ്ക്കുകയും ചെയ്തു. കോടതിയിൽ ഹാജരായ അദ്ദേഹം ക്ഷമാപണം നടത്തി. കമ്മീഷണറുടെ വിശദീകരണം ഇപ്രകാരമായിരുന്നു: പഴയ മുൻസിപ്പൽ ഓഫീസിലാണ് ശൗചാലയം സ്ഥിതിചെയ്തിരുന്നത്. ആ ഓഫീസ് പുതിയൊരു കെട്ടിടത്തിലേക്ക് മാറി. ശൗചാലയങ്ങളുടെ നോട്ടക്കാരനായിരുന്ന വ്യക്തിയും പുതിയ ഇടത്തേക്ക് സ്ഥലംമാറിയതിനാൽ ആ വാതിലുകൾ അയാൾ താഴിട്ടു പൂട്ടിയിട്ട് പോയി. കോടതിയിൽ നിന്ന് നോട്ടീസ് കിട്ടിയപ്പോൾ മാത്രമാണ് ഈ വിഷയത്തെക്കുറിച്ച് ഞാനറിയുന്നത്. അപ്പോൾ ത്തന്നെ ശൗചാലയം വൃത്തിയാക്കി ചുമരുകൾക്ക് വെള്ളപൂശി ടാങ്കിൽ വെള്ളം നിറച്ച് താക്കോൽ കോടതിക്ക് കൈമാറി. സ്വമേധയാ കേസെടുത്ത ഹൈക്കോടതി അനുയോജ്യമായ നടപടിയിലൂടെ നാല്പത്തിയെട്ട് മണിക്കൂറിൽ പ്രശ്നത്തിന് പരിഹാരം കണ്ടെത്തി. ഇതെല്ലാം നടന്നത് ഒരു വനിതാ അഭിഭാഷക തന്റെ കഷ്ടപ്പാട് ഒരു ദിനപത്രത്തിന്റെ എഡിറ്ററെ എഴുതി അറിയിച്ചതിനാലാണ്.

മഹാത്മാഗാന്ധി പറഞ്ഞിട്ടുള്ളത് ഇന്ത്യയുടെ ആത്മാവ് അതിന്റെ ഗ്രാമങ്ങളിലാണെന്നാണ്. എന്നാൽ ഇന്നും ഇന്ത്യയുടെ ആയിരക്കണക്കിന് വരുന്ന ഗ്രാമങ്ങളിൽ താമസിക്കുന്ന പാവപ്പെട്ട മനുഷ്യർക്ക് ശൗചാലയങ്ങളില്ല. ഈ പ്രശ്നത്തിന് പരിഹാരം കണ്ടെത്തുന്നതിന്റെ ഭാഗമായി ലോകബാങ്ക് ഫണ്ടിന്റെ സഹായത്തോടെ ധാരാളം ഗ്രാമങ്ങൾ പൊതു ശൗചാലയങ്ങൾ നിർമ്മിക്കാനുള്ള പദ്ധതികൾ ആവിഷ്കരിച്ചു. അധികം വൈകാതെ തന്നെ ശൗചാലയങ്ങൾ സ്ഥാപിക്കുന്ന സ്ഥലത്തെ ചൊല്ലി എതിർപ്പുകൾ ഉയർന്നുവന്നു. തങ്ങളുടെ വീടുകൾക്ക് സമീപം അവ നിർമ്മിക്കുന്നതിനെ ആളുകൾ ശക്തമായി എതിർത്തു. ഈ എതിർപ്പുകളെ ഹൈക്കോടതി റിട്ട് ഹർജികളായി പരിഗണിച്ചു. അവയെല്ലാം പരാമർശിക്കുന്നത് അസാദ്ധ്യമായതുകൊണ്ട് ഒരു ഉദാഹരണം പറയാം.

അയോദ്ധ്യപത്തിനം, സേലം ജില്ലയിലെ ഒരു ഗ്രാമമാണ്. അണ്ണ മറുമലർച്ചി പദ്ധതിയുടെ കീഴിൽ ലഭ്യമായിട്ടുള്ള ഭൂമിയിൽ പൊതു ശൗചാലയങ്ങൾ നിർമ്മിക്കാൻ ഗ്രാമ പഞ്ചായത്ത് തീരുമാനിച്ചു. ജോലി ഒരു കരാറുകാരനെ ഏല്പിക്കുകയും ചെയ്തു. ഒരു തമിളരസിയും മറ്റ് രണ്ട് ഗ്രാമവാസികളും അതിനെ എതിർത്തു.

കോടതി കേസ് കേട്ട് തള്ളിക്കളയുകയും പഞ്ചായത്തിന്റെ തീരുമാനം സ്ഥിരീകരിക്കുകയും ചെയ്തു.[1] കോടതി പറഞ്ഞു:

ആ പ്രദേശത്ത് അമ്പതോളം ദളിത് കുടുംബങ്ങൾ താമസിക്കുന്നുണ്ട്. അതിനാൽ അവിടെ പൊതു ശൗചാലയം പണിയേണ്ടത് എത്രമാത്രം ആവശ്യമാണെന്ന് വ്യക്തമാക്കാൻ എതിർകക്ഷികൾക്ക് കഴിഞ്ഞിട്ടുണ്ട്. കൂടാതെ പ്രശ്നത്തിലുള്ള സ്ഥലം ഗ്രാമനാഥം ഭൂമിയാണ്. മലിനജലം ഊറിപ്പരക്കാതിരിക്കാനുള്ള മതിയായ മുൻകരുതലുകൾ എടുക്കുന്നുണ്ട്. അതുമല്ലാതെ പുതിയ സാങ്കേതിക വിദ്യയിലുള്ള കക്കൂസുകളാണ് പണിയാൻ പോകുന്നത്. തങ്ങളുടെ സ്ഥലത്താണ് പണി നടക്കുന്നതെന്ന ഹർജിക്കാരുടെ വാദം തെറ്റാണെന്ന് പൂർണ്ണമായും തെളിഞ്ഞിട്ടുണ്ട്. ടൗൺപഞ്ചായത്ത് എന്നത് തെരഞ്ഞെടുക്കപ്പെട്ട ഒരു സംവിധാനമാണ്. പൊതുജനാവശ്യം പരിഗണിച്ച് പ്രത്യേകിച്ച് ദളിതരുടെ ആവശ്യങ്ങൾ പരിഗണിച്ചാണ് ആവശ്യക്കാർക്കുവേണ്ടി ശൗചാലയങ്ങൾ പണിയാൻ അവർ ഏകകണ്ഠമായി തീരുമാനമെടുത്തത്.

കോടതി ഉത്തരവിൽ പറയുന്നത്:

എതിർകക്ഷിയായ പഞ്ചായത്ത് നടത്തുന്ന ശ്രമങ്ങൾ ഹർജിക്കാർ തടസ്സപ്പെടുത്തേണ്ടതില്ല. നിർമ്മാണം പുരോഗമിച്ചു കഴിഞ്ഞതിനാൽ അടിസ്ഥാനമില്ലാത്ത കാരണങ്ങൾ പറഞ്ഞ് ഹർജിക്കാർക്ക് അതിനെ ചോദ്യം ചെയ്യാൻ കഴിയുകയില്ല. പാസ്സാക്കപ്പെട്ട പ്രമേയത്തിനനുസരിച്ച് പഞ്ചായത്ത് നടത്തുന്ന ശ്രമങ്ങൾക്കാണ് ഹർജിക്കാർ തടസ്സവാദവുമായി വന്നിട്ടുള്ളത്. ഹർജിക്കാർ ഉന്നയിച്ച തടസ്സവാദങ്ങൾ അംഗീകരിക്കാവുന്നതല്ല.

സ്വന്തം വീടിനുള്ളിൽത്തന്നെ കക്കൂസുകളുള്ള മനുഷ്യർ പൊതു കക്കൂസുകളുടെ നിർമ്മാണത്തിന് തടസ്സവുമായി വരുന്നത് അതിശയകരം തന്നെ. ഇക്കാരണംകൊണ്ടാണ് സംസ്കാരങ്ങളുടെ കളിത്തൊട്ടിൽ എന്ന് വിളിക്കപ്പെടുന്ന ഒരു നാട് ഇത്രമാത്രം അധഃപതിച്ചത് എന്തുകൊണ്ടാണെന്ന് ചോദിച്ചുകൊണ്ട് ഈ അദ്ധ്യായം ആരംഭിച്ചത്. ശൗചാലയങ്ങൾക്ക് പൊലീസ് കാവൽ ഏർപ്പെടുത്തേണ്ടി വരുന്നു. വടക്കൻ ചെന്നൈയിൽ സുലഭ് എന്ന സംഘടന 225 ശൗചാലയങ്ങൾ നിർമ്മിച്ച് നടത്തിവന്നു. ചെന്നൈ കോർപ്പറേഷൻ ശൗചാലയ നടത്തിപ്പുമായി ബന്ധപ്പെട്ട് സുലഭിന് നല്കിയിരുന്ന കരാർ പിൻവലിച്ചു. ഒട്ടും താമസിയാതെ ആ പ്രദേശത്തുള്ള കോർപ്പറേഷൻ അംഗങ്ങൾ ആ ശൗചാലയങ്ങളെ അവരുടെ അധീനതയിലാക്കുകയും ഉപയോഗത്തിന് പണം ഈടാക്കുകയും ചെയ്യാൻ തുടങ്ങി. ശുചിത്വ-ആരോഗ്യ ജീവനക്കാർ യൂണിയൻ വഴി ഇതിനെതിരെ കേസ് ഫയൽ ചെയ്തു. കേസ് കേട്ട് കഴിഞ്ഞപ്പോൾ, കോടതി, കൗൺസിലർമാർ കൈയടക്കി വച്ചിരുന്ന ശൗചാലയങ്ങളുടെ ചുമതല ഏറ്റെടുക്കാൻ പൊലീസ് ഡെപ്യൂട്ടി കമ്മീഷണറോട് ആവശ്യപ്പെടുകയും അവയ്ക്ക് പൊലീസ് സംരക്ഷണം നല്കാൻ ഉത്തരവിടുകയും ചെയ്തു.

ഒരു തമിഴ് ദിനപത്രം ഇതേക്കുറിച്ച് 'ദ ടോയ്‌ലറ്റ് ഗാർഡിയൻസ്' എന്ന പേരിൽ ഒരു കാർട്ടൂൺ പ്രസിദ്ധീകരിക്കുകയുണ്ടായി.

സ്ത്രീകളുടെ സബ് ജയിലിൽ – സബ് ഡിവിഷൻ തലത്തിലുള്ള ചെറിയ സംവിധാനമാണ് ഇത് – ശൗചാലയങ്ങളോ സ്വകാര്യതയോ ഉണ്ടായിരുന്നില്ല. ഇതേപ്പറ്റി കോടതിയിൽ ഒരു പരാതി ലഭിച്ചു. കോടതി അത് സ്വമേധയാ ഹർജിയായി പരിഗണിച്ച് സുധ രാമലിംഗം എന്ന അഭിഭാഷകയെ അഡ്വക്കേറ്റ് കമ്മീഷണറായി നിയമിച്ചു. തമിഴ്നാട്ടിലെ ജയിലുകൾ സന്ദർശിച്ച് റിപ്പോർട്ട് നല്കാൻ കോടതി അവരോട് ആവശ്യപ്പെട്ടു. സംസ്ഥാനത്തെ ജയിലുകളുടെ ശോച്യാവസ്ഥ പുറത്തുകൊണ്ടുവന്നത് അവരുടെ റിപ്പോർട്ടാണ്. റിപ്പോർട്ടിന്റെ അടിസ്ഥാനത്തിൽ കോടതി, സർക്കാരിനും അധികാരികൾക്കും ധാരാളം നിർദ്ദേശങ്ങൾ നല്കി. അതിലൊന്ന് എല്ലാ സബ് ജയിലുകളിലും ജലലഭ്യതയുള്ള കക്കൂസുകൾ നിർമ്മിക്കാനുള്ള നിർദ്ദേശമാണ്. ശൗചാലയങ്ങൾക്ക് ചുറ്റുമതിലും വാതിലും നിർമ്മിച്ച് സ്വകാര്യത ഉറപ്പുവരുത്തണം.[2] കോടതി നിർദ്ദേശങ്ങൾ നടപ്പിൽ വരുത്താൻ സർക്കാർ ഉത്തരവിട്ടു. വനിതാ തടവുകാരുടെ അവസ്ഥയിൽ ചെറിയൊരു അഭിവൃദ്ധി കൊണ്ടുവരാൻ അത് സഹായിച്ചു.

യു എസ് എയിൽ നടന്ന ഒരു അഭിപ്രായ സർവ്വേയിൽ ഇരുപതാം നൂറ്റാണ്ടിലെ ഏറ്റവും മികച്ച കണ്ടെത്തൽ ഏതാണെന്ന ചോദ്യത്തിന് ഉത്തരം അണുശക്തിയോ ടെലിവിഷനോ ഉപഗ്രഹങ്ങളോ ഒന്നുമായിരുന്നില്ല. ഏറ്റവും കൂടുതൽ വോട്ട് കിട്ടിയ കണ്ടെത്തൽ ആധുനിക കക്കൂസുകൾ ആയിരുന്നു.

ശൗചാലയങ്ങളുടെ പ്രാധാന്യം വേണ്ടവിധം മനസ്സിലാക്കിയതുകൊണ്ടാണ് മദ്രാസ് ഹൈക്കോടതിയിലെ അന്നത്തെ ചീഫ് ജസ്റ്റിസ് ഗോഖലെ 2010 മാർച്ച് 8 വനിതാദിനത്തിൽ കോടതിക്കെട്ടിടത്തിലെ ശൗചാലയത്തിന്റെ ഉദ്ഘാടനത്തിനായി ചടങ്ങ് സംഘടിപ്പിച്ചത്. ഒരു ദിനപത്രം ചിത്രം സഹിതം അത് വാർത്തയാക്കി. എന്നിരുന്നാലും കോടതികളിലെത്തുന്ന ആയിരക്കണക്കിന് പൊതുജനങ്ങൾക്ക് ആവശ്യമായ ശൗചാലയസൗകര്യം ഇല്ലെന്നത് സങ്കടകരമായ കാര്യമാണ്. 2015 ൽ ഹരിയാന സർക്കാർ മുമ്പെങ്ങുമില്ലാത്ത ഒരു ചുവടുവയ്പ് നടത്തി. അവർ പഞ്ചായത്ത് രാജ് ആക്റ്റിൽ ഭേദഗതി വരുത്തി, വീട്ടിൽ കക്കൂസ് ഇല്ലാത്തവർക്ക് പഞ്ചായത്ത് തെരഞ്ഞെടുപ്പിൽ മത്സരിക്കാൻ കഴിയില്ലെന്ന് ചട്ടം കൊണ്ടുവന്നു. ആ ഭേദഗതി സാധുവാണെന്ന് സുപ്രീംകോടതിയും ശരിവച്ചു.

റഫറൻസ്

1. R Tamilarasi vs. The District Collector, 2010 (8) MLJ 662 = 2010 Writ LR 680.
2. Suo Motu Writ Petition No. 21243 of 2006, dt.18.3.2007 (DB).

ദുർഗ്ഗാമൂർത്തി

കുറേക്കാലം മുമ്പ് ഒരു സെൽഫോൺ കമ്പനി അവരുടെ പരസ്യ ത്തിലൂടെ സംസാരിക്കൂ, സംസാരിക്കൂ, സംസാരിച്ചുകൊണ്ടേയിരിക്കൂ എന്ന് നമ്മോട് പറഞ്ഞു. അന്നു മുതൽ ആളുകൾ അവരുടെ ഫോണു കളിലൂടെ നിർത്താതെ സംസാരിക്കുകയാണ്. ഒരു മുൻ കേന്ദ്രമന്ത്രി കക്കൂസ് ഇല്ലാത്ത തന്റെ ജനങ്ങൾ സെൽഫോണിന്റെ പിന്നാലെയാണ് എന്ന് പറഞ്ഞതിന് കടുത്ത വിമർശനങ്ങൾ ഏറ്റുവാങ്ങിയിരുന്നു.

മഹാകവി ഭാരതി ഭാരത് മാതയെ വിവരിക്കുന്നത് അറുപത് കോടി കൈകൾകൊണ്ട് നീതിയെ മുറുകെ പിടിക്കുന്ന മുപ്പത് കോടി മുഖങ്ങ ളുള്ള ആളായിട്ടാണ്. ഇന്നാണെങ്കിൽ അത് 120 കോടി മുഖങ്ങളും 240 കോടി കൈകളുമായി കാലാകാലം സെൽഫോണിൽ സംസാരിച്ചുതീർ ക്കുന്നു എന്നൊക്കെ പറയേണ്ടി വന്നേനേ. തമിഴ്നാട്ടിലെ ജനസംഖ്യ 7.21 കോടിയാണ്. എന്നാൽ മൊബൈൽ ഫോണിന്റെ ഉപയോഗം വച്ച് നോക്കിയാൽ അത് അതിലുമൊക്കെ വളരെ കൂടുതലാണെന്നേ നിങ്ങൾ ക്ക് തോന്നൂ.

ഇന്നത്തെ കാലത്ത് മൊബൈൽ ഫോൺ എന്നത് ശബ്ദരൂപത്തി ലുള്ള ആശയവിനിമയത്തിനുള്ള ഉപകരണം മാത്രമല്ല. അതൊരു ചെറിയ കമ്പ്യൂട്ടറാണ്, ക്യാമറയാണ്, വോയിസ് റെക്കോഡറാണ്, കലണ്ടറും ചെറു സന്ദേശങ്ങൾ അയയ്ക്കാനും സ്വീകരിക്കാനുമുള്ള ഉപകരണവും കൂടിയാണ്. 2005 ൽത്തന്നെ, പ്രവൃത്തി സമയത്ത് കോടതിയിൽ മൊ ബൈൽ ഉപയോഗിക്കുന്നത് കോടതിയലക്ഷ്യമായി പരിഗണിക്കുമെന്നും ഫോൺ കോടതിനടപടികൾ തടസ്സപ്പെടുത്തുന്ന പക്ഷം ഉടമസ്ഥന് ശിക്ഷ ലഭിച്ചേക്കാമെന്നും ഗുജറാത്ത് ഹൈക്കോടതി ഉത്തരവിറക്കി. കേരള ഹൈക്കോടതിയും (2001) കർണ്ണാടക ഹൈക്കോടതിയും (2000) നേര

ത്തേതന്നെ കോടതി നടപടികളുടെ ചിത്രങ്ങൾ പകർത്തുന്നത് കോടതിയലക്ഷ്യമാണെന്ന് പറഞ്ഞിരുന്നു. ഇന്ന് നിങ്ങളാരെങ്കിലും ഒരു ഹൈക്കോടതിയിലേക്ക് പ്രവേശിക്കുകയാണെങ്കിൽ അവിടെ ഇങ്ങനെ ഒരു അറിയിപ്പ് കാണാം: മൊബൈൽ ഫോൺ നിരോധിച്ചിരിക്കുന്നു. മൊബൈൽ ഫോൺ ഉപയോഗിക്കുന്നതായി കണ്ടാൽ ഫോൺ കണ്ടുകെട്ടുന്നതാണ്. ഉപയോഗിക്കുന്നവർ കോടതിയലക്ഷ്യത്തിന് ശിക്ഷിക്കപ്പെടും. അത് വായിക്കുമ്പോൾത്തന്നെ പേടി തോന്നും. ഒരു കേസ് സ്വന്തം ഫോണിൽ പകർത്താൻ ശ്രമിച്ചതിന് ഒരിക്കൽ കോടതി ഒരു സർക്കാർ ഉദ്യോഗസ്ഥനെതിരെ കോടതിയലക്ഷ്യ നടപടികൾ ആരംഭിച്ചതാണ്. അയാൾ ജഡ്ജിയുടെ കാല്ക്കൽ വീണ് ക്ഷമ ചോദിച്ചു. ഈ സംഭവത്തിനുശേഷം തമിഴ്നാട് സർക്കാർ, കോടതിയിൽ പോകേണ്ടി വരുന്ന ഉദ്യോഗസ്ഥർ പാലിക്കേണ്ട ചട്ടങ്ങൾ വിശദമാക്കുന്ന ഒരു ജി ഒ ഇറക്കുകയുണ്ടായി.

നമുക്ക് റവന്യൂ ഡിവിഷണൽ ഓഫീസറായ ദുർഗ്ഗാമൂർത്തി നേരിട്ട നിയമ പോരാട്ടത്തെപ്പറ്റി നോക്കാം. 1961 ൽ പാർലമെന്റ് അഡ്വക്കേറ്റ് ആക്റ്റ് കൊണ്ടുവന്നു. അതിന്റെ വകുപ്പ് 30 പ്രകാരം ലീഗൽ പ്രാക്റ്റീഷ്ണർമാർക്ക് എല്ലാ കോടതി മുമ്പാകെയും ട്രിബ്യൂണൽ മുമ്പാകെയും ഹാജരാകാനും തെളിവുകൾ രേഖപ്പെടുത്താനും അനുവാദമുണ്ട്. എന്തുകൊണ്ടോ ആ വകുപ്പ് അമ്പത് വർഷത്തോളം പ്രാബല്യത്തിൽ വരികയുണ്ടായില്ല. അഭിഭാഷകരുടെ ശ്രമഫലമായി ഒടുവിൽ 2011 ജൂൺ 15 ന് അന്നത്തെ നിയമമന്ത്രി വീരപ്പ മൊയ്‌ലി അത് നടപ്പിൽ വരുത്തി. അന്നേ ദിവസം മധുരയിൽ അഭിഭാഷകർ മറ്റൊരു കാരണത്താൽ കോടതികൾ ബഹിഷ്കരിക്കുകയായിരുന്നു. ശിവഗംഗ ആർ ഡി ഒ ദുർഗ്ഗാമൂർത്തി ഹൈക്കോടതിയുടെ മധുരൈ ബെഞ്ചിന്റെ കോടതി നമ്പർ നാലിൽ ഹാജരായിരുന്നു. അഭിഭാഷകർ ഇല്ലാതിരുന്നതിനാൽ കോടതിയിൽ ആൾക്കൂട്ടവും ഇല്ലായിരുന്നു. കോടതി ലിസ്റ്റ് അനുസരിച്ച് കേസുകൾ വിളിച്ച് മാറ്റിവച്ചിട്ട് ചേംബറിലേക്ക് മടങ്ങി. കോടതിയിൽ വന്നിരിക്കുമ്പോൾ ദുർഗ്ഗയുടെ ഫോണിലേക്ക് കളക്ടറുടെ കോൾ വന്നു. ഫോൺ സൈലന്റ് മോഡിലായിരുന്നു. പതിഞ്ഞ ശബ്ദത്തിൽ താൻ മധുരയിൽ കോടതി ഡ്യൂട്ടിയിലാണ് എന്ന് അറിയിച്ചിട്ട് അവർ ഫോൺ ഓഫ് ചെയ്ത് വച്ചു. ദുർഗ്ഗയ്ക്ക് തൊട്ടു മുന്നിലുള്ള നിരയിൽ കോട്ട് ഇടാതെ ഒരു അഭിഭാഷകൻ ഇരുന്നിരുന്നു. സ്വന്തം മൊബൈൽ ഉപയോഗിച്ച് ദുർഗ്ഗ ഫോണിൽ സംസാരിക്കുന്ന ഒരു ചിത്രം അയാൾ പകർത്തി. അവർ ഇതിനെ തടഞ്ഞു. അഭിഭാഷകനും ദുർഗ്ഗയും തമ്മിൽ വാക്ക് തർക്കം ഉടലെടുക്കുകയും കോടതി വിട്ടതിനുശേഷവും അത് തുടരുകയും ചെയ്തു. കോടതിയിൽ സെൽ ഫോൺ ഉപയോഗിക്കുന്നത് കോടതിയലക്ഷ്യമാണെന്ന് ദുർഗ്ഗയ്ക്ക് അറിഞ്ഞുകൂടായിരുന്നോ എന്ന് അഭിഭാഷകൻ ചോദിച്ചു. ക്രിമിനൽ പ്രൊസീജിയർ കോഡ് പ്രകാരം താനൊരു എക്സിക്യൂട്ടീവ് മജിസ്ട്രേറ്റായിരുന്നെന്നും അതിനാൽ നിയമങ്ങൾ നന്നായി അറിയാമെന്നും ദുർഗ്ഗ പ

റഞ്ഞു. കളക്ടറുടെ ഓഫീസിൽനിന്നുള്ള ഒരു അടിയന്തര കോൾ എടുത്ത് കോടതിയിലാണെന്ന് അറിയിച്ച ശേഷം ഫോൺ ഓഫ് ചെയ്യുകയാണ് അവർ ചെയ്തത്. അനുവാദമില്ലാതെ അഭിഭാഷകൻ തന്റെ ചിത്രം പകർത്തിയതിലും സ്വയം കോടതിക്കുള്ളിൽ മൊബൈൽ ഫോൺ ഉപയോഗിച്ചുകൊണ്ട് താൻ മൊബൈൽ ഫോൺ ഉപയോഗിക്കുന്നതായി ആരോപിക്കുന്നതിലും അവർക്ക് കടുത്ത അമർഷമുണ്ടായി.

ഈ സംഭവത്തിനുശേഷം തർക്കമുണ്ടായ അഭിഭാഷകൻ ശ്രീ. നീലമേഗനിൽനിന്നും ദുർഗ്ഗയ്ക്ക് ഒരു നോട്ടീസ് ലഭിച്ചു. അവർ കോടതിയലക്ഷ്യം പ്രവർത്തിച്ചിരിക്കുന്നുവെന്നും അവരുടെ പെരുമാറ്റം അയാളെ മാനസികമായി ബുദ്ധിമുട്ടിച്ചുവെന്നും അതിനാൽ അവർക്കെതിരെ ക്രിമിനൽ നടപടി എടുക്കുകയാണെന്നും അതിൽ പറഞ്ഞിരുന്നു. താൻ അപ്രകാരം ഒന്നും ചെയ്തിട്ടില്ലെന്ന് ദുർഗ്ഗാമൂർത്തി മറുപടി കൊടുത്തു. താൻ ഫോൺ ഉപയോഗിച്ചത് കോടതിയലക്ഷ്യമായി പരിഗണിക്കണമെന്നുണ്ടെങ്കിൽ കോടതിയിലിരുന്ന് അനുവാദമില്ലാതെ അവരുടെ ചിത്രം മൊബൈലിൽ പകർത്തിയ അഭിഭാഷകനും അതേ കോടതിയലക്ഷ്യമാണ് പ്രവർത്തിച്ചിരിക്കുന്നതെന്നും തനിക്കെതിരെ എടുക്കാൻ പോകുന്ന ഏത് ക്രിമിനൽ നടപടിയും നേരിടാൻ തയ്യാറാണെന്നും ദുർഗ്ഗ പറഞ്ഞു.

2011 ജൂൺ 30 ന് ദുർഗ്ഗാമൂർത്തിക്കെതിരായി കോടതിയലക്ഷ്യ നടപടികൾ എടുക്കണമെന്ന് അപേക്ഷിച്ചുകൊണ്ട് നീലമേഗം ഹൈക്കോടതിയിൽ പരാതി നല്കി. ദുർഗ്ഗാമൂർത്തി തന്നെ അസഭ്യം പറയുകയും ഭീഷണിപ്പെടുത്തുകയും ചെയ്തുവെന്ന് കാണിച്ച് മധുരൈ, ഒത്തക്കാടൈ പൊലീസ് സ്റ്റേഷനിൽ അയാളൊരു ക്രിമിനൽ കേസും കൊടുത്തു. ഈ രണ്ട് പരാതിയിലും നടപടിയുണ്ടാകാത്തതുകൊണ്ട് അയാൾ ഹൈക്കോടതിയിൽ കോടതിയലക്ഷ്യ ഹർജി സമർപ്പിച്ചു. രണ്ടു തരം കോടതിയലക്ഷ്യങ്ങളാണ് ആരോപിച്ചിരുന്നത്. കോടതിയുടെ ഉത്തരവ് പാലിക്കുന്നതിൽ വരുത്തിയ വീഴ്ച സിവിൽ സ്വഭാവത്തിലും കോടതി നടപടികൾ തടസ്സപ്പെടുത്തിയത് ക്രിമിനൽ സ്വഭാവത്തിലും. കോടതി നടപടികൾ നടന്നുകൊണ്ടിരിക്കുന്ന സമയത്ത് ആരെങ്കിലും മൊബൈൽ ഫോൺ ഉപയോഗിക്കുകയും നടപടികളെ ശല്യപ്പെടുത്തുകയും ചെയ്താൽ അപ്പോൾ പ്രിസൈഡിങ് ഓഫീസറായിട്ടുള്ള ജഡ്ജിക്ക് ഉടനടി സ്വമേധയ നോട്ടീസ് നല്കാനും ശിക്ഷവിധിക്കാനുമാവും. അല്ലാത്ത പക്ഷം ക്രിമിനൽ കോടതിയലക്ഷ്യ ഹർജി സമർപ്പിക്കുന്ന വ്യക്തിക്ക് അഡ്വക്കേറ്റ് ജനറലിന്റെ എഴുതി തയ്യാറാക്കിയ അനുമതി വേണ്ടിവരും. നീലമേഗം സമർപ്പിച്ച ഹർജിയിൽ ഈ അനുമതി ഇല്ലാതിരുന്നതുകൊണ്ട് രജിസ്ട്രാർ കേസ് ഫയലിൽ സ്വീകരിക്കാൻ വിസമ്മതിച്ചു. അഭിഭാഷകൻ അഡ്മിനിസ്ട്രേറ്റീവ് ജഡ്ജിന് പരാതി നല്കി. അങ്ങനെ കേസ് ലിസ്റ്റ് ചെയ്യപ്പെടുകയും ദുർഗ്ഗയോട് കോടതിയിൽ ഹാജരാകാൻ ആവശ്യപ്പെടുകയും ചെയ്തു. അവർ കോടതിക്ക് മുമ്പിലെത്തി വിശദീകരണം നല്കി. കോടതി താഴെപ്പറയുന്ന വിവരങ്ങൾ രേഖപ്പെടുത്തി:

ഹർജിക്കാരനിൽ നിന്ന് നിയമപ്രകാരമുള്ള നോട്ടീസ് ലഭിച്ചതിന് ശേഷം, മൊബൈൽ ഫോൺ ഉപയോഗിച്ചു – വളരെ ചെറിയ സമയത്തേക്കാണെങ്കിൽ കൂടി – എന്ന തെറ്റ് അംഗീകരിക്കാൻ തയ്യാറായതും കോടതിയലക്ഷ്യ ഹർജി സമർപ്പിക്കപ്പെട്ടപ്പോൾ കോടതി നടപടികളോട് കാണിച്ച ആദരവും നിരുപാധികം നടത്തിയ ക്ഷമാപണവും വ്യക്തമാക്കുന്നത് കോടതിയെ അധിക്ഷേപിക്കാനോ കോടതി നടത്തിപ്പിന് തടസ്സം വരുത്താനോ അവർക്ക് യാതൊരു ഉദ്ദേശ്യവും ഉണ്ടായിരുന്നില്ല എന്നതാണ്. അക്കാരണത്താൽ ഈ കോടതിയലക്ഷ്യ ഹർജി തീർച്ചയായും നിലനില്ക്കുകയില്ല.

രണ്ടു ഭാഗവും കേട്ടശേഷം കോടതിയലക്ഷ്യ നടപടികൾ കോടതി അവസാനിപ്പിച്ചു. മൊബൈൽ ഫോണിൽ ദുർഗ്ഗാമൂർത്തിയുടെ ചിത്രം പകർത്തിയതിന് കോടതി അഭിഭാഷകനെ ശകാരിച്ചു. ചില സാഹചര്യങ്ങളിൽ അഭിഭാഷകർക്ക് കോടതിയിൽ മൊബൈൽ ഫോൺ ആവശ്യമായി വന്നേക്കാമെന്നും നിസ്സാരമായ, കോടതി നടപടിയെ ശല്യപ്പെടുത്താത്ത ഉപയോഗം കോടതിയലക്ഷ്യമായി കണക്കാക്കാൻ കഴിയില്ലെന്നും ഉത്തരവിൽ കോടതി പറഞ്ഞു. കേസ് ഒഴിവായി കിട്ടിയതിൽ ദുർഗ്ഗാമൂർത്തി ആശ്വസിച്ചു.

റഫറൻസ്

K Neelamegam vs. Ms. Durgamoorthi, 2012 (1) CTC 246.

കസ്തൂരി

ചർക്ക ചലാക്കെ ചലാക്കെ സ്വരാജ്യ ലേംഗേ, എന്നത് നമ്മുടെ സ്വാതന്ത്ര്യ സമര പോരാളികളുടെ ആവേശം നിറഞ്ഞ മുദ്രാവാക്യമായിരുന്നു. ചർക്കയിൽ നൂൽനൂറ്റ് നാം സ്വാതന്ത്ര്യത്തിലേക്കെത്തും എന്നാണ് അതിന്റെ അർത്ഥം. സ്വാതന്ത്ര്യം നേടിയതിനുശേഷമായിരുന്നു ദുരന്തം. നമ്മുടെ സ്വാതന്ത്ര്യ ദാഹത്തിന്റെ പ്രതീകമായിരുന്ന ഖാദിയെ, വിദേശ വസ്ത്രങ്ങളെ പുറന്തള്ളുന്നതിൽ വിജയിച്ച നമ്മുടെ ഖാദിയെ ഇന്ന് ആളുകൾ സമീപിക്കുന്നത് പുച്ഛത്തോടെയാണ്. അത് പ്രതിനിധാനം ചെയ്ത സ്വാതന്ത്ര്യേച്ഛയുടെ അവസ്ഥയും വ്യത്യസ്തമല്ല.

സുപ്രീം കോടതിയിലെ ജസ്റ്റിസ് വി ആർ കൃഷ്ണയ്യർ, എല്ലായ്പ്പോഴും ഖാദി വസ്ത്രമാണ് ധരിച്ചിരുന്നത്. വെളുത്ത ഖാദി ഷർട്ടും കാലിൽ റബ്ബർ ചെരുപ്പും. ചെന്നൈയിലെ ഒരു ചങ്ങാതി ഒരുദിവസം അദ്ദേഹത്തെ മദ്രാസ് ക്രിക്കറ്റ് ക്ലബ്ബിൽ (എം സി സി) അത്താഴത്തിന് ക്ഷണിച്ചു. പക്ഷേ, വാച്ച്മാൻ അദ്ദേഹത്തെ അകത്തേക്ക് കടത്തിവിട്ടില്ല. ക്ലബ്ബിലെ ഡ്രസ് കോഡ് പാശ്ചാത്യ വസ്ത്രങ്ങളായിരുന്നു. പാൻസും ഷർട്ടും. വിരുന്നിന് ക്ഷണിച്ചയാൾ വാച്ച്മാനോട് തർക്കിക്കുകയും വന്നിരിക്കുന്നത് മുൻ സുപ്രീം കോടതി ജഡ്ജിയാണെന്ന് പറയുകയും ചെയ്തിട്ടും ക്ലബ്ബിന്റെ റൂളിന് വിരുദ്ധമായി പ്രവർത്തിക്കാൻ കഴിയില്ലെന്ന് അയാൾ ശഠിച്ചു. ആ തർക്കത്തിൽ നീരസം തോന്നിയ ജസ്റ്റിസ് കൃഷ്ണയ്യർ വാച്ച്മാനോട് സന്ദർശക പുസ്തകം കൊണ്ടുവരാൻ പറഞ്ഞു. ഏതാനും വാക്കുകൾ അതിൽ എഴുതിവച്ചിട്ട് അദ്ദേഹം അവിടെനിന്നും പോയി.

> ക്ഷണിക്കപ്പെട്ട അതിഥിയായി അത്താഴത്തിന് എത്തിയതാണ് ഞാൻ. എന്നാൽ എം സി സിയുടെ പ്രവേശന കവാടത്തിലുള്ള കാവല്ക്കാരൻ പാശ്ചാത്യ വേഷങ്ങൾ ധരിച്ചവരെ മാത്രമേ എം

സി സിയിൽ പ്രവേശിപ്പിക്കൂ എന്നുപറഞ്ഞ് എന്നെ തടഞ്ഞു. ഹാ, സ്വരാജ് നമ്മുടെ രാജ്യത്തിന് സ്വാതന്ത്ര്യം നേടിക്കൊടുത്തു, പക്ഷേ, എം സി സിയുടെ പടിവാതില്ക്കൽ തടഞ്ഞുവയ്ക്കപ്പെട്ടു. അത്താഴം കഴിക്കാതെയാണെങ്കിലും അഭിമാനമുള്ള ഇന്ത്യക്കാരനായാണ് ഞാൻ മടങ്ങിയത്.

കൊളോണിയൽ സംസ്കാരം ഇപ്പോഴും നമ്മിൽ കടിച്ചുതൂങ്ങിക്കിടക്കുന്നതായാണ് ഇത് കാണിക്കുന്നത്. 1976 ൽ നമ്മുടെ ഭരണഘടനയിൽ ഭേദഗതിവരുത്തി. അങ്ങനെ ഇന്ത്യൻ പൗരന്മാർക്കുള്ള മൗലിക കർത്തവ്യങ്ങൾ കൂട്ടിച്ചേർക്കപ്പെട്ടു. അനുച്ഛേദം 51 A(b) പറയുന്നത് എല്ലാ ഇന്ത്യക്കാരും നമ്മുടെ സ്വാതന്ത്ര്യ സമര പോരാട്ടങ്ങൾക്ക് പ്രചോദനമായ മഹത്തായ ആദർശങ്ങളെ പരിപോഷിപ്പിക്കുകയും പിന്തുടരുകയും വേണമെന്നാണ്.

ഒരു സ്വകാര്യ സ്ഥാപനം നമ്മുടെ മൗലിക കർത്തവ്യങ്ങളെ ലംഘിച്ച് പ്രവർത്തിക്കുക എന്നത് ഒട്ടും അനുചിതമല്ല. മൗലിക കടമകൾ പിന്തുടർന്നതിന്റെ പേരിൽ നമ്മുടെ ഒരു പൊതുസംവിധാനം അതിന്റെ ജീവനക്കാരിയായ കസ്തൂരിയെ വിടാതെ പിന്തുടർന്നതെങ്ങനെയെന്ന് നോക്കാം.

ആദ്യകാലത്ത് ഇന്ത്യയിലെ വിമാനത്താവളങ്ങളെല്ലാം വ്യോമയാന മന്ത്രാലയത്തിനുകീഴിലായിരുന്നു. 1985 ൽ പാർലമെന്റ് എയർപോർട്ട്സ് അതോറിറ്റി ആക്റ്റ് കൊണ്ടുവന്നു. എയർപോർട്ട് അതോറിറ്റി രൂപവല്ക്കരിക്കുകയും 1986 ൽ എല്ലാ വിമാനത്താവളങ്ങളും പൊതുമരാമത്ത് വകുപ്പിന് കീഴിലാക്കുകയും ചെയ്തു. എയർപോർട്ട് അതോറിറ്റിയുടെ ചെന്നൈ ഓഫീസിൽ സീനിയർ ഓഫീസ് അസിസ്റ്റന്റ് ആയിരുന്നു കസ്തൂരി. ചെറുപ്പകാലത്ത് തന്നെ ഗാന്ധിയൻ ആശയങ്ങളിൽ ആകൃഷ്ടയായ അവർ ജീവിതകാലം മുഴുവൻ ഖാദി അല്ലെങ്കിൽ കൈത്തറി വസ്ത്രങ്ങൾ മാത്രമേ ധരിക്കൂ എന്ന് പ്രതിജ്ഞയെടുത്തിരുന്നു.

1994 ൽ എയർ പോർട്ട് അതോറിറ്റി ഓഫ് ഇന്ത്യ തങ്ങളുടെ ജീവനക്കാർക്ക് യൂണിഫോം കൊണ്ടുവന്നു. കൃത്രിമ സിൽക്കിലോ പോളിസ്റ്ററിലോ ഉള്ളവയായിരുന്നു അവ. യൂണിഫോം നിർബ്ബന്ധമായിരുന്നെങ്കിലും അതിനുപയോഗിക്കുന്ന തുണിയെപ്പറ്റി നിബന്ധനകൾ ഒന്നും ഉണ്ടായിരുന്നില്ല. കസ്തൂരി ഓഫീസിൽ നിന്നും യൂണിഫോം കൈപ്പറ്റാൻ വിസമ്മതിച്ചു. 1996 ൽ ഓഫീസിൽ നിന്ന് യൂണിഫോം സാരി വാങ്ങാനും അവ ധരിച്ചുതുടങ്ങാനും അതോറിറ്റി ഉത്തരവിട്ടു. വകുപ്പ് നിർദ്ദേശിച്ചിട്ടുള്ള നിറത്തിൽ തന്നെയുള്ള ഖാദി അല്ലെങ്കിൽ കൈത്തറി സാരി ധരിക്കാൻ അനുവാദം ചോദിച്ചുകൊണ്ട് കസ്തൂരി ഒരു കത്തയച്ചു. അതിന് മറുപടിയൊന്നും ലഭിച്ചില്ല. അവരാണെങ്കിൽ ഓഫീസിൽ ഖാദി സാരി ധരിക്കുന്ന പതിവ് തുടർന്നു. 1999 ആഗസ്തിൽ, നിർദ്ദേശിക്കപ്പെട്ടിട്ടുള്ള പോളിസ്റ്റർ യൂണിഫോം ധരിക്കാൻ ഓഫീസ് അവരോട് നിർദ്ദേശിച്ചു. അത്

ചെയ്യാത്ത പക്ഷം അവർക്കെതിരെ അച്ചടക്ക നടപടികൾ എടുക്കുമെന്ന് താക്കീതും നല്കി. കത്തിൽ പറയുന്നത് ഇങ്ങനെയാണ്:

> ഇത് തീരെ അച്ചടക്കമില്ലാത്ത പെരുമാറ്റമായും ഉദ്യോഗസ്ഥയുടെ ഭാഗത്തുനിന്നുള്ള ഗുരുതരമായ വീഴ്ചയായുമാണ് കണക്കാക്കുക. ഇത് സംബന്ധിച്ച് കുമാരി കസ്തൂരിയുടെ ശ്രദ്ധ, എൻ എ എ (ഇ സി ഡി എ) റഗുലേഷൻസ് 1988 ന്റെ റഗുലേഷൻ 5(24)ലേക്ക് ക്ഷണിച്ചു കൊള്ളുന്നു. അതുപ്രകാരം ജോലിയിൽ ഇരിക്കുന്ന സമയത്ത് അതോറിറ്റിയുടെ ഏതെങ്കിലും ജീവനക്കാർ യൂണിഫോം ധരിക്കാതിരിക്കുകയാണെങ്കിൽ അത് പെരുമാറ്റത്തിലെ ഗുരുതര വീഴ്ചായി കണക്കാക്കുകയും അച്ചടക്ക നടപടികൾ ക്ഷണിച്ചുവരുത്തുകയും ചെയ്യും... കൂടാതെ യൂണിഫോം ധരിച്ച് വരാതെ അവരെ ജോലി ചെയ്യാൻ അനുവദിക്കുകയില്ല.

1999 ൽ ഇതിനെതിരെ അവർ ഒരു റിട്ട് ഹർജി സമർപ്പിച്ചു. 2008 നവംബർ 5 ന് കസ്തൂരിക്ക് അനുകൂലമായി വിധി വന്നു.

വിധിയിൽ വിദേശനിർമ്മിത വസ്തുക്കളെ പുറന്തള്ളാനുള്ള ഗാന്ധിജിയുടെ പരിശ്രമങ്ങളെപ്പറ്റി പറഞ്ഞിട്ടുണ്ട്. സ്വന്തമായി നൂൽനൂല്ക്കുന്നത് നമുക്ക് കൂടുതൽ തൊഴിലവസരങ്ങൾ സൃഷ്ടിക്കുമെന്ന് ഗാന്ധിജി പറഞ്ഞു. നമ്മുടെ നാട്ടിൽ വിളയുന്ന പരുത്തി മുഴുവൻ ബ്രിട്ടീഷുകാർ ലാങ്കഷറിലേക്ക്(ഇംഗ്ലണ്ടിലേക്ക്)കൊണ്ടുപോയി അതുകൊണ്ട് വസ്ത്രങ്ങളുണ്ടാക്കി തിരികെ ഇവിടെ കൊണ്ടുവന്നു വില്ക്കുന്നു. നമ്മൾ അത് വാങ്ങാൻ കൂട്ടാക്കുന്നില്ലെങ്കിൽ ബ്രിട്ടീഷുകാർ വിഷമിക്കും. ഖാദി മാത്രമേ ധരിക്കൂ എന്ന് ഓരോ ഇന്ത്യക്കാരനും പ്രതിജ്ഞയെടുക്കുകയാണ് വേണ്ടത്. വിദേശ വസ്തുക്കൾ ബഹിഷ്കരിക്കുക എന്നത് നമ്മുടെ ദേശീയ മന്ത്രമായി തീർന്നു. ഖാദിയുടെ ഉപയോഗത്തെപ്പറ്റി ഗാന്ധി വിശദമായി എഴുതി, തന്റെ *ഹരിജൻ* പത്രത്തിൽ വേണ്ടത്ര സ്ഥലം ഈ വിഷയത്തിനായി മാറ്റിവയ്ക്കുകയും ചെയ്തു. 1936 ൽ ബീഹാറിൽ നിന്നും രണ്ട് ഗാന്ധിയന്മാർ അദ്ദേഹത്തിന് എഴുതി. ഇന്ത്യ സ്വതന്ത്രമാവുകയും സമ്പൂർണ്ണ വ്യവസായവല്ക്കരണം നടപ്പിലാവുകയും ചെയ്യും വരെ ഖാദി തുടരുമെന്ന് ജവഹർലാൽ നെഹ്റു പറഞ്ഞുവെന്നും അതേക്കുറിച്ച് ഗാന്ധിയുടെ അഭിപ്രായം അറിയണമെന്നുണ്ടെന്നും അവർ പറഞ്ഞു. അതിനുള്ള മറുപടി 1936 ജൂലായ് നാലിലെ *ഹരിജനി*ലൂടെയാണ് ഗാന്ധിജി നല്കിയത്. അദ്ദേഹം പറഞ്ഞു: ഇന്ത്യയിൽ വ്യവസായവല്ക്കരണം വന്നാലും ഇല്ലെങ്കിലും ഖാദി ഉടുക്കുക എന്നത് തുടരുക തന്നെ ചെയ്യും.

ഖാദിയുടെ ചരിത്രത്തെപ്പറ്റി ധാരണയില്ലാതിരുന്ന അതോറിറ്റിയുടെ കാഴ്ചപ്പാടിനെ കോടതി അപലപിച്ചു. കസ്തൂരിയോട് അവർ പ്രതികാരബുദ്ധിയോടെയാണ് പ്രവർത്തിച്ചതെന്നും കോടതി പറഞ്ഞു. അതോറിറ്റിയുടെ നീക്കം മൗലിക കടമകളുടെ ലംഘനമാണെന്ന് പറഞ്ഞുകൊണ്ട്

കസ്തൂരിക്കെതിരായി തുടങ്ങിവച്ച അച്ചടക്ക നടപടികൾ കോടതി റദ്ദാക്കി. സർട്ടോറിയൽ ഡെസ്പറ്റിസം എന്നാണ് കോടതി അതിനെ വിശേഷിപ്പിച്ചത്. കസ്തൂരിയുടെ ആദർശത്തെ ബഹുമാനിക്കാതിരുന്നതിന് അയ്യായിരം രൂപ പിഴയും അതോറിറ്റിക്ക് വിധിച്ചു.

ദിനപത്രങ്ങൾ ഈ വാർത്ത കാര്യമായി റിപ്പോർട്ട് ചെയ്തു. *ടൈംസ് ഓഫ് ഇന്ത്യ* അതിന്റെ ഒന്നാം പേജിൽ ഇതേപ്പറ്റി ഒരു കാർട്ടൂൺ പോലും കൊടുത്തു. ഈ വിധിയെപ്പറ്റി കേട്ടപ്പോൾ ജസ്റ്റിസ് കൃഷ്ണയ്യർ ഒരു കത്തെഴുതുകയുണ്ടായി. ദേശസ്നേഹം നിറഞ്ഞ വിധി എന്നാണ് അദ്ദേഹം അതിനെ വിശേഷിപ്പിച്ചത്.

തന്റെ തൊഴിൽ ദാതാക്കളുടെ സ്വേച്ഛാധിപത്യത്തിനെതിരെ പോരാടാൻ കസ്തൂരി കാണിച്ച ധൈര്യത്തെ അഭിനന്ദിക്കാതെ വയ്യ. അതിന് ശേഷം തമിഴ്നാട് ക്രിക്കറ്റ് അസോസിയേഷനിൽ, ഖാദി ധോത്തിയും ഷർട്ടും ധരിച്ചെത്തിയെന്ന പേരിൽ ഒരു ഹൈക്കോടതി ജഡ്ജിയെ അകത്തേക്ക് കടത്തിവിടാതിരുന്ന സംഭവമുണ്ടായി. ഇതിനെതിരെ ശക്തമായ പ്രതിഷേധം ഉയർന്നുവന്നു. സംസ്ഥാന നിയമസഭ, തമിഴ്നാട് എൻട്രി ഇൻ റ്റു പബ്ലിക് പ്ലേസസ് (റിമൂവൽ ഓഫ് റസ്ട്രിക്ഷൻ ഓൺ ഡ്രസ്) ആക്ട് 2014, പാസ്സാക്കി. നിയമപ്രകാരം മുണ്ട് ധരിക്കുന്നതിന്റെ പേരിൽ ഏതെങ്കിലും സ്വകാര്യ സ്ഥാപനത്തിൽ ഒരു വ്യക്തിക്ക് പ്രവേശനം നിഷേധിക്കുന്നത് തടവുശിക്ഷ ലഭിക്കാവുന്ന കുറ്റമാണ്. ഇപ്പോൾ എയർ ഇന്ത്യപോലും അതിന്റെ ജീവനക്കാരെ ഖാദി ധരിക്കാൻ അനുവദിക്കുന്നു എന്ന് കേൾക്കുന്നത് ഹൃദ്യമായ അനുഭവമാണ്.

റഫറൻസ്

S Kasthuri vs. The Chairman, Airports Authority of India, 2009 (2) LLN 178.

ഉമാദേവി

പ്രേമത്തിന് കണ്ണില്ലെന്നാണ് പറയുക. പക്ഷേ, പലപ്പോഴും കണ്ണി ല്ലാത്തതും മറ്റുള്ളവരോട് ബഹുമാനമില്ലാത്തതും പൊലീസ് സേനയ്ക്കാണ്.

ചെന്നൈയിൽ പൊലീസുകാർ മര്യാദയില്ലാതെ പെരുമാറുന്നതിനെ ക്കുറിച്ചുള്ള വാർത്തകൾ നാം വായിക്കാറുണ്ട്. മറീന ബീച്ചിലെത്തുന്ന പ്രണയിതാക്കളിൽ നിന്ന് അവർ പണം വാങ്ങുകപോലും ചെയ്യുന്നുണ്ട്. പൊലീസുകാരിൽ പലരും സദാചാരകാവല്ക്കാരായി മാറിയിട്ടുണ്ട്. പാർക്ക് പോലുള്ള പൊതുസ്ഥലങ്ങളിൽ കണ്ടുമുട്ടുന്ന പ്രണയിതാക്ക ളോട് അവർക്ക് വല്ലാത്ത അസഹ്യതയാണ്.

മറീനയിൽ ഒരിക്കൽ സദാചാര കാവല്ക്കാരൻ ചമഞ്ഞ് സ്വന്തം പരിധി മറന്ന് പ്രവർത്തിച്ച ഒരു പൊലീസുകാരന് ജോലിയിൽനിന്ന് താല്ക്കാലിക പിരിച്ചുവിടൽ നേരിടേണ്ടിവന്നു. ബാധിക്കപ്പെട്ടവർ അഭിഭാഷ കരായിരുന്നതുകൊണ്ടാണ് അത് സംഭവിച്ചത്. അവർ സാധാരണക്കാ രായിരുന്നെങ്കിലോ?

പൊതു ഇടങ്ങളിലെ പൊലീസുകാരുടെ സദാചാരക്കാവൽ അ ത്രയങ്ങ് മോശമായിരുന്നില്ലെങ്കിൽ, ഉമാദേവിയും കൃഷ്ണനും നേരിട്ട ദുരന്തം നമുക്ക് മറ്റൊരു കഥ പറഞ്ഞുതരുന്നുണ്ട്. വിവാഹിതരായ ര ണ്ട് വ്യക്തികൾ അവരുടെ സ്വകാര്യ ഇടത്തിൽ നിന്ന് ഇമ്മോറൽ ട്രാഫി ക്(പ്രിവെൻഷൻ) ആക്റ്റിന്റെ പേരിൽ എപ്രകാരം അറസ്റ്റ് ചെയ്യപ്പെടാ മെന്നും അത് അവരുടെ സർക്കാർ ജോലിയെക്കൂടി എങ്ങനെ അപകട ത്തിലാക്കി എന്നതും.

തമിഴ്നാട്ടിലെ തഞ്ചാവൂർ ജില്ലയിൽ തിരുവോണം മുനിസിപ്പാലിറ്റി യിൽ അംഗനവാടി ജീവനക്കാരിയായിരുന്നു ഉമാദേവി. സംഭവം നടക്കു

മ്പോൾ അവർക്ക് പ്രായം 35. സാമ്പത്തികമായി പിന്നോക്കം നില്ക്കുന്ന പശ്ചാത്തലത്തിൽനിന്നാണ് അവർ വരുന്നത്. അവിവാഹിത. അവിടുത്തെ പ്രാഥമിക വിദ്യാലയത്തിലെ ഹെഡ്മാസ്റ്റർ, അമ്പത്തൊന്നു വയസ്സുള്ള കൃഷ്ണന് ആറ് വർഷം മുമ്പ് തന്റെ ഭാര്യയെ നഷ്ടപ്പെട്ടിരുന്നു. മകൻ വിദേശത്തും മകൾ ഭർതൃഗൃഹത്തിലുമാണ് താമസം. 2006 ൽ വീട്ടുകാരുടെ താല്പര്യത്തിനെതിരായി ഉമ കൃഷ്ണനെ വിവാഹം കഴിച്ചു. ജൂലായിൽ, തമിഴ്നാട്, തിരുവയ്യാർ രജിസ്ട്രാർ ഓഫീസിൽ അവരുടെ വിവാഹം രജിസ്റ്റർ ചെയ്യപ്പെട്ടു.

പിന്നീട് അവർ കുംഭകോണത്തേക്കും സ്വാമിമലയിലേക്കും തഞ്ചാവൂരിലേക്കും (ബന്ധുവിന്റെ വിവാഹത്തിൽ പങ്കെടുക്കാൻ)യാത്ര ചെയ്തു. ഈ യാത്രയിൽ പൊലീസുകാരിൽനിന്നും ഭീകരമായ അനുഭവം അവർക്ക് നേരിടേണ്ടി വന്നു. ഒരു സ്വകാര്യ ലോഡ്ജിൽ താമസിക്കുമ്പോഴാണ് സംഭവം. അവിടുത്തെ സഹായികളിൽ ഒരാൾ പൊലീസിന് വാർത്തയെത്തിച്ചുകൊടുക്കുന്ന ജോലികൂടിചെയ്യുന്ന ആളായിരുന്നു. അയാളിൽ നിന്ന് കിട്ടിയ വിവരം അനുസരിച്ച് പൊലീസ് ഇൻസ്പെക്ടർ വസന്ത, ഇമ്മോറൽ ട്രാഫിക് (പ്രിവെൻഷൻ) സ്ക്വാഡിനെയും കൂട്ടി നേരേ ലോഡ്ജിലേക്ക് ചെന്ന് ദമ്പതികളെ അറസ്റ്റ് ചെയ്ത് കോടതിയിൽ ഹാജരാക്കി. ഒന്നും ആലോചിക്കാതെ മജിസ്ട്രേറ്റ് അവരെ റിമാന്റ് ചെയ്തു.

ഏഴ് ദിവസം ഉമാദേവി ട്രിച്ചി വനിതാ ജയിലിൽ കഴിഞ്ഞു. കൃഷ്ണൻ അഞ്ച് ദിവസം തഞ്ചാവൂർ ജയിലിലും. പിന്നീട് അവരെ ജാമ്യത്തിൽ വിട്ടയച്ചു. ഈ സമയത്തിനിടെ പൊലീസിന്റെ ശുഷ്കാന്തിയുടെ ഫലമായി അവരുടെ ചിത്രങ്ങൾ വേശ്യാവൃത്തിക്കിടെ പിടികൂടപ്പെട്ടു എന്ന തരത്തിൽ പത്രങ്ങളിൽ അച്ചടിച്ച് വന്നിരുന്നു. ആ ജാഗ്രതകൊണ്ടും പോരാഞ്ഞ് ദമ്പതികളുടെ തൊഴിലിടങ്ങളിലും പൊലീസ് വിവരം അറിയിച്ചു. രണ്ടുപേരും ജോലിയിൽനിന്ന് പുറത്താക്കപ്പെട്ടു. തൊഴിലിടത്തിലും വീട്ടിലും ബന്ധുക്കൾക്കിടയിലും പൊതു ഇടത്തും എന്നുവേണ്ട തിരിച്ചറിയപ്പെടുന്ന എല്ലായിടത്തും അവർ അപമാനിക്കപ്പെട്ടു.

ഈ അപമാനങ്ങളൊന്നും ഉമാദേവിയെ തളർത്തിയില്ല. തന്റെ നിരപരാധിത്തം ലോകത്തിനുമുന്നിൽ തെളിയിക്കാൻ അവർ ഉറപ്പിച്ചു. അവർ മദ്രാസ് ഹൈക്കോടതിയുടെ മധുരൈ ബെഞ്ചിനെ സമീപിച്ചു. ഉമയുടെയും കൃഷ്ണന്റെയും പിരിച്ചുവിടൽ ഉത്തരവിന് കോടതി ഒരിടക്കാല സ്റ്റേ നല്കി. പെരുമാറ്റത്തിന് വിശദീകരണം ചോദിച്ച് സ്റ്റേറ്റിനും പൊലീസ് വിഭാഗത്തിനും നോട്ടീസ് അയയ്ക്കപ്പെട്ടു. ഉമയുടെ മേലധികാരിയുടെ ഭാഗത്തുനിന്നുള്ള വിശദീകരണം ഇങ്ങനെയായിരുന്നു: ഉമാദേവി ഒരു അവിവാഹിതയായ സ്ത്രീയാണ്. അവർ ഒരു പുരുഷനൊപ്പം ഒരു ലോഡ്ജിൽ താമസിക്കുകയായിരുന്നു. അതുകൊണ്ട് അവർ അനാശാസ്യത്തിന് അറസ്റ്റിലായി. ഇക്കാരണത്താൽ അവരെ ജോലിയിൽനിന്ന് പിരിച്ചുവിട്ടു.

കീഴ്ജീവനക്കാരെ പിരിച്ചുവിടാനുള്ള അധികാരം സർക്കാർ ഉദ്യോഗസ്ഥർ ഏകപക്ഷീയമായും യാന്ത്രികമായും പ്രയോഗിക്കാൻ പാടുള്ളതല്ല എന്ന് സുപ്രീം കോടതി (1994) ഉത്തരവിട്ടിട്ടുള്ളതാണെങ്കിലും വളരെ കുറച്ച് ഓഫീസർമാരേ അത് ഓർമ്മിക്കാറുള്ളൂ.

വിവാഹിതരായ ദമ്പതികളെ അനാശാസ്യത്തിന് അറസ്റ്റ് ചെയ്ത പൊലീസ് ഉദ്യോഗസ്ഥരെ കോടതി കഠിനമായി ശാസിച്ചു. കീഴ്ജീവനക്കാരെ പിരിച്ചുവിട്ട മേലുദ്യോഗസ്ഥരുടെ പ്രവൃത്തിയിൽ അപലപിക്കുകയും ചെയ്തു:

> പൊലീസ് എന്നാൽ നിയമം നടപ്പിലാക്കാനുള്ള സേനയാണ്. സദാചാരപാലനം തങ്ങളുടെ ചുമതലയാണെന്ന് അവർ കരുതാൻ പാടുള്ളതല്ല. വനിത പൊലീസ് സേനയിൽനിന്നുള്ള പരിശോധനാസംഘത്തിന്റെ പ്രവൃത്തികൾ നിയമപ്രകാരം വിവാഹിതരായിട്ടുള്ള രണ്ട് വ്യക്തികൾക്ക് ഉപദ്രവങ്ങൾ ഉണ്ടാക്കുക മാത്രമല്ല ഗ്രാമപ്രദേശത്ത് ജോലി നോക്കുന്ന അവരുടെ ജീവിതത്തെ അപമാനിക്കുകയും ചെയ്തിരിക്കുന്നു. ഹർജിക്കാർക്ക് മാനക്കേടും അപകീർത്തിയും ഉണ്ടാക്കിയ പൊലീസ് നടപടി മാപ്പർഹിക്കുന്നതല്ല. ഹർജിക്കാർക്കുണ്ടായ വിഷമം നഷ്ടപരിഹാരത്തിലൂടെ നികത്താനും കഴിയില്ല. അതുമാത്രമല്ല പരസ്പര സമ്മതത്തോടെ രണ്ടു വ്യക്തികളെ ഒരു സ്വകാര്യ ലോഡ്ജിലെ മുറിക്കുള്ളിൽ ഏതു രീതിയിൽ കണ്ടെത്തിയാലും അവർക്കെതിരെ ക്രിമിനൽ പ്രവൃത്തി ആരോപിക്കാൻ സാധിക്കില്ല...

ഭാര്യയ്ക്കും ഭർത്താവിനും കോടതി എല്ലാ ആനുകൂല്യങ്ങളോടെയും ജോലി തിരികെ നല്കി. അവർക്ക് സമൂഹത്തിലുണ്ടായ അപമാനം മായ്ച്ചുകളയാൻ ആവാത്തതിൽ കോടതി ദുഃഖം രേഖപ്പെടുത്തി. തെറ്റായ ഒരു പരാതിയിന്മേൽ ആരെയെങ്കിലും അറസ്റ്റ് ചെയ്യാനോ അടച്ചിട്ട മുറിയുടെ താക്കോൽ പഴുതിലൂടെ ഒളിഞ്ഞ് നോക്കാനോ പൊലീസിന് അധികാരമില്ലെന്ന് കോടതി പ്രസ്താവിച്ചു. കപടസദാചാര ജാഗ്രതയ്ക്കെതിരെയുള്ള ഉമാദേവിയുടെ പോരാട്ടം അഭിനന്ദിക്കപ്പെടേണ്ടതാണ്.

റഫറൻസ്

Uma @ Umadevi vs. The District Collector, Thanjavur, W P (MD) No. 11138 of 2006, dt. 4.10.2007.

അഭിമുഖം
ജസ്റ്റിസ് കെ ചന്ദ്രു

ഇന്ത്യൻ നീതിന്യായവ്യവസ്ഥയും അരികുവല്ക്കരിക്കപ്പെട്ട ജനവിഭാഗങ്ങളും

***അ**ഭിഭാഷകൻ എന്ന നിലയിലുള്ള താങ്കളുടെ പരിശ്രമങ്ങൾ രാജാക്കണ്ണിന്റെ നിരാലംബയായ ഭാര്യയ്ക്ക് നീതിയും കുറ്റക്കാരായ പൊലീസുകാർക്ക് ശിക്ഷയും ഉറപ്പാക്കി. പക്ഷേ, കസ്റ്റഡിയിലെ പീഡനങ്ങൾ ഇപ്പോഴും നമ്മുടെ നാട്ടിൽ നിർബ്ബാധം തുടരുന്നു. കഴിഞ്ഞ വർഷം നടന്ന ജയരാജിന്റെയും ബെന്നിക്സിന്റെയും ദാരുണമായ കസ്റ്റഡി മരണം രാജ്യമനഃസാക്ഷിയെ പിടിച്ച് കുലുക്കിയതാണ്. ലോക്ഡൗൺ കാലത്ത് രാജ്യത്താകമാനം പൊലീസ് പീഡന കേസുകൾ വർദ്ധിക്കുന്നതും നാം കണ്ടു. പൊലീസ് സേനയിൽ അച്ചടക്കം കൊണ്ടുവരാൻ കോടതികൾ ഇത്രയധികം വിധികളും നിർദ്ദേശങ്ങളും പുറപ്പെടുവിച്ചതിനുശേഷവും പൊലീസ് അതിക്രമങ്ങൾ തുടരുന്നത് എന്തുകൊണ്ടായിരിക്കും എന്നാണ് അങ്ങേക്ക് തോന്നുന്നത്? അത്തരം മനുഷ്യത്വരഹിതമായ പ്രവർത്തികൾക്ക് പൊലീസുകാരെ പ്രേരിപ്പിക്കുന്നത് എന്തായിരിക്കും? അടിസ്ഥാനപരമായ എന്തെങ്കിലും കുഴപ്പങ്ങൾ നമ്മുടെ പൊലീസ് സേനയ്ക്കുള്ളിൽ തന്നെയുണ്ടോ?*

ജ:ച: സിനിമയുടെ തുടക്കത്തിൽ കാണിക്കുന്നതുപോലെ, യഥാർത്ഥ കേസായ രാജാക്കണ്ണിന്റെ പൊലീസ് ലോക്കപ്പിലെ മരണത്തെ അടിസ്ഥാനമാക്കിയുള്ള സിനിമയാണ് അത്. രാജാക്കണ്ണ് ഇരുളർ സമുദായത്തിൽ പെട്ടയാളല്ല, എസ് ടി വിഭാഗത്തിൽ ചേർക്കപ്പെടേണ്ടതായിട്ടുള്ള കുറുവ സമുദായത്തിൽ പെട്ടയാളാണ്. സംവിധായകൻ ഒരു കലാകാരന്റെ സ്വാതന്ത്ര്യം അനുസരിച്ച് ഇരുള സമുദായത്തിന്റെയും അവർ നേരിടുന്ന എണ്ണമറ്റ ക്രൂരതകളുടെയും പശ്ചാത്തലത്തിലേക്ക് സിനിമയെ പറിച്ച് നടുകയാണ് ചെയ്തത്. അവരുടെ ദുരിതങ്ങളും സിനിമയിലേതിന് സമാനമായിരുന്നു. ആ ശ്രമത്തിന്റെ ഭാഗമായാണ് ഇരകളെ

ഇരുളർ വിഭാഗത്തിന്റെ പ്രതിനിധികളായി അവതരിപ്പിച്ചതും അവരുടെ ജീവിതരീതിയും ഭക്ഷണശീലങ്ങളും ചുറ്റുപാടുകളും പുറംലോകത്തിന് മുന്നിൽ വരച്ചുകാട്ടിയതും.

ഡി കെ ബാസു vs സ്റ്റേറ്റ് ഓഫ് വെസ്റ്റ് ബംഗാൾ (1997(1)SCC416) കേസിൽ സുപ്രീം കോടതി പാസ്സാക്കിയ 11 മാർഗ്ഗനിർദ്ദേശങ്ങൾ കുറ്റാരോപിതരുടെ വിചാരണയ്ക്കുമുമ്പുള്ള അവകാശങ്ങളെപ്പറ്റി പറയുന്നുണ്ട്. ആ സാഹചര്യത്തിൽ മാർഗ്ഗനിർദ്ദേശങ്ങൾ പാലിക്കാത്ത പൊലീസുകാരെയും ജുഡീഷ്യൽ മജിസ്ട്രേറ്റുമാരെയും കോടതിയലക്ഷ്യത്തിന് ശിക്ഷിക്കാനും സുപ്രീംകോടതി അനുവദിക്കുന്നുണ്ട്. ഇരുപത്തിനാലിലധികം വർഷങ്ങൾ കഴിഞ്ഞെങ്കിലും ഇതുവരെ ആരിലും കോടതിയലക്ഷ്യം ആരോപിക്കപ്പെട്ടില്ല.

പൊലീസ് സേനയുടെ അച്ചടക്കമില്ലായ്മ അതിന്റെ കൊളോണിയൽ ഉത്ഭവത്തിൽ തന്നെയാണ്. ഇവിടെ തമിഴ്നാട്ടിൽ ഇപ്പോഴും നില്ക്കുന്നത് 1888 ലെ മദ്രാസ് സിറ്റി പൊലീസ് ആക്ടാണ്. ക്രമസമാധാനം നിലനിർത്തുന്നതിൽനിന്നും കുറ്റകൃത്യങ്ങൾ കണ്ടെത്തുന്നതിലേക്ക് അതിപ്പോഴും വികസിച്ചിട്ടില്ല. സ്വാതന്ത്ര്യത്തിന് മുമ്പുള്ള കാലത്തും ബ്രിട്ടീഷുകാർ ഇന്ത്യയെ പല ഭാഗങ്ങളായി തിരിച്ച് ഓരോയിടത്തും വ്യത്യസ്ത ഭരണസംവിധാനങ്ങളാണ് നിലനിർത്തിയിരുന്നത്. ധാരാളം ആദിവാസി വിഭാഗങ്ങളെ ഉൾക്കൊള്ളുന്ന ക്രിമിനൽ ട്രൈബ്സ് ആക്റ്റും അവർ നടപ്പിലാക്കിയിരുന്നു. ഇതിൽ കുറ്റകൃത്യം കണ്ടുപിടിക്കേണ്ട ആവശ്യംതന്നെ വരുന്നില്ല. എന്തെന്നാൽ ഒരു പ്രദേശത്ത് ഒരു കുറ്റം നടന്നാൽ അവിടെയുള്ള എല്ലാ ആദിവാസി പുരുഷന്മാരും സംശയത്തിന്റെ നിഴലിൽവരും. 24 മണിക്കൂറിനുള്ളിൽ പൊലീസ് സ്റ്റേഷനിലെത്തി കീഴടങ്ങാത്തവർക്കു മേൽ കുറ്റം ആരോപിക്കപ്പെടും. സ്വാതന്ത്ര്യ സമരങ്ങൾക്കൊപ്പം ഈ നിയമം റദ്ദ് ചെയ്യണമെന്ന ആവശ്യവും ശക്തമായി ഉയർത്തപ്പെട്ടിരുന്നു. ക്രിമിനൽ ട്രൈബ്സ് ആക്റ്റ് നിർത്തലാക്കിയതുകൊണ്ട് മാത്രം ആദിവാസികളെ ഇരകളാക്കുന്ന പതിവ് അവസാനിച്ചില്ല. അവർ ജീവിക്കുന്ന പ്രദേശത്ത് എന്തെങ്കിലും കുറ്റകൃത്യങ്ങൾ നടക്കുന്ന പക്ഷം, ഡീനോട്ടിഫൈഡ് ട്രൈബ്സ് വിഭാഗത്തിൽ പെടുന്ന ആളുകളെ സംശയിക്കുന്ന പതിവ് പൊലീസ് തുടർന്നു. സമൂഹത്തിൽ മുകളിലേക്ക് വരാനും സ്വന്തമായി ഭൂമി നേടാനും കഴിഞ്ഞ വളരെ കുറഞ്ഞ എണ്ണം ഡീനോട്ടിഫൈഡ് ട്രൈബുകൾക്ക് മാത്രമാണ് പൗരാവകാശങ്ങൾ പ്രാപ്യമായിരുന്നത്. മറ്റുള്ളവരെയെല്ലാം കുഴപ്പക്കാരായി പരിഗണിക്കുന്ന പതിവ് തുടരുകയും അവർക്കെതിരെ ദിവസേനയെന്നോണം കള്ളക്കേസുകൾ എടുക്കപ്പെടുകയും ചെയ്തു. അവരുടെ വീടിനും പറമ്പിനും പട്ടയമില്ല, വോട്ടർപട്ടികയിൽ പേരില്ല, പൊതുവിതരണ സംവിധാനത്തിനുകീഴിലും അവർ ഉൾപ്പെടുന്നില്ല. നാടോടി ജീവിതരീതി പിന്തുടരുന്നതിനാൽ അവർ മക്കളെ സാധാരണ സ്കൂളുകളിൽ ചേർക്കാറില്ല. അനൗദ്യോഗിക മേഖല

കളിലാണ് തൊഴിൽ സാദ്ധ്യതകളുള്ളത്. അതെല്ലാം ഈ സിനിമയിൽ ഭംഗിയായി അവതരിപ്പിക്കുന്നുണ്ട്. ആദ്യത്തെ സീൻ തന്നെ നോക്കൂ, ജയിലിൽ നിന്ന് വിടുതൽ കിട്ടുന്ന ആളുകളെ കാത്ത് പൊലീസുകാർ നില്ക്കുന്നു. അവരെ താന്താങ്ങളുടെ സ്റ്റേഷനുകളിലെ തെളിയാത്ത കേസുകൾ കെട്ടിവയ്ക്കാനായി കൊണ്ടുപോകാൻ കാത്തുനില്ക്കുകയാണ്. എന്താണ് വേണ്ടതെന്ന് വച്ചാൽ പൊലീസ് സേനയുടെ മനോഭാവത്തിൽ കാര്യമായ മാറ്റങ്ങൾ വരണം. ഒപ്പം കുറ്റകൃത്യങ്ങൾ തെളിയിക്കാനുള്ള ശാസ്ത്രീയ മാർഗ്ഗങ്ങൾ ഉപയോഗിക്കപ്പെടണം. ഇതിനെല്ലാം പുറമേ ആദിവാസി വിഭാഗങ്ങൾ പൊതുസമൂഹത്തിന്റെ ഭാഗമാക്കപ്പെടുകയും സർക്കാരിന്റെ ആസൂത്രണ സംവിധാനങ്ങൾ അവരുടെ അടിസ്ഥാന പ്രശ്നങ്ങളെ കൃത്യമായി പരിഗണിക്കുകയും വേണം.

ലൈ: ലോ: സാധാരണ കച്ചവട സിനിമകൾ പൊലീസ് അതിക്രമങ്ങളെ ധീരതയായി ചിത്രീകരിക്കാറുണ്ട്. ഹൈദരാബാദ് എൻകൗണ്ടറിലേതുപോലെ എൻകൗണ്ടർ നടത്തുന്ന പൊലീസുകാരെ ആളുകൾ ആഘോഷിക്കാൻ തുടങ്ങിയിരിക്കുന്നു. നിസ്സഹായരായ ഇരകളുടെ ഭാഗത്തുനിന്നുള്ള ആഖ്യാനത്തിലൂടെ പൊലീസ് അതിക്രമത്തിന്റെ മൃഗീയമായ വശങ്ങൾ വരച്ചുകാണിക്കാനുള്ള ജയ് ഭീമിന്റെ ശ്രമം ശ്രദ്ധേയമാണ്. ഇത്തരം സിനിമകൾ പൊതുജനങ്ങളിൽ പൊലീസ് സംവിധാനത്തെക്കുറിച്ച് കൂടുതൽ പ്രായോഗിക ധാരണയുണ്ടാക്കുമെന്നും അവരുടെ അതിരുകടന്ന ഹീറോയിസത്തെ ആഘോഷിക്കുന്നതിനു പകരം കുറേക്കൂടി ഉത്തരവാദിത്വം പൊലീസിൽ നിന്ന് ആവശ്യപ്പെടാൻ അവരെ പ്രേരിപ്പിക്കുമെന്നും താങ്കൾ വിശ്വസിക്കുന്നുണ്ടോ?

ജ:ച: തീർച്ചയായും *ജയ് ഭീം* പോലുള്ള സിനിമകൾ പൊലീസ് സേനയെക്കുറിച്ചും കോടതികളെക്കുറിച്ചും ജനങ്ങൾക്കുള്ള മിഥ്യാധാരണകളും അവ്യക്തതകളും ലഘൂകരിക്കാൻ സഹായിക്കും. നീതി നടപ്പാക്കുന്നതിൽ പൊതുവായി കണ്ടുവരുന്ന താമസമാണ് എൻകൗണ്ടർ സ്പെഷ്യലിസ്റ്റുകളായ പൊലീസുകാരെ ആഘോഷിക്കാൻ ജനങ്ങളെ പ്രേരിപ്പിക്കുന്നത്. കുറ്റക്കാർ സമയോചിതമായി ശിക്ഷിക്കപ്പെടുകയാണെങ്കിൽ മാത്രമേ ഇരകൾക്ക് നീതിന്യായക്കോടതികളിലുള്ള വിശ്വാസം ബലപ്പെടൂ.

ലൈ: ലോ: പഠനകാലം മുതൽ താങ്കൾ രാഷ്ട്രീയ പ്രവർത്തനങ്ങളിൽ സജീവമായിരുന്നു. നിയമം പ്രാക്ടീസ് ചെയ്യുന്ന കാലത്തും ഇടത് രാഷ്ട്രീയത്തോട് ചേർന്നു നിന്നിരുന്നു. അഭിഭാഷകൻ എന്ന നിലയിലും പിന്നീട് ന്യായാധിപൻ എന്ന നിലയിലും പൊതുജനങ്ങളുടെ പ്രശ്നങ്ങൾ കുറേക്കൂടി നന്നായി മനസ്സിലാക്കാൻ രാഷ്ട്രീയ പ്രവർത്തനം സഹായകമായി എന്നു തോന്നിയിട്ടുണ്ടോ? അഭിഭാഷകർ അരാഷ്ട്രീയവാദികളാകരുതെന്ന് താങ്കൾ വിചാരിക്കുന്നുണ്ടോ? ന്യായാധിപന്മാർക്ക് സുശ

ക്തമായ രാഷ്ട്രീയ അവബോധം ഉണ്ടായിരിക്കേണ്ടത് പ്രധാനമാണെന്ന് താങ്കൾക്ക് അഭിപ്രായമുണ്ടോ?

ജ: ച: ഏതാണ്ട് ഇരുപത് വർഷത്തോളം ഞാൻ ഇടത് മുന്നേറ്റങ്ങൾക്കൊപ്പം പ്രവർത്തിച്ചിട്ടുണ്ട്. വിദ്യാർത്ഥി പ്രവർത്തകനായും മുഴുവൻ സമയ പാർട്ടി പ്രവർത്തകനായും ട്രേഡ് യൂണിയൻ പ്രവർത്തകനായും പാർട്ടി ഭാരവാഹിയായും പ്രവർത്തിച്ചിട്ടുണ്ട്. ഈ പ്രവർത്തന കാലഘട്ടത്തിൽ നിന്ന് ലഭിച്ച അനുഭവങ്ങൾ വ്യവസ്ഥയുടെ പ്രവർത്തനത്തെപ്പറ്റി നല്ലൊരു ഉൾക്കാഴ്ചയും അഭിഭാഷകനായോ ന്യായാധിപനായോ പ്രവർത്തിക്കാനുള്ള ധാരണയും എനിക്ക് നല്കിയിട്ടുണ്ട്. ഒരു രാഷ്ട്രീയ ജനാധിപത്യത്തിൽ ആർക്കെങ്കിലും അരാഷ്ട്രീയവാദിയായിരിക്കാൻ കഴിയുമെന്ന് എനിക്ക് തോന്നുന്നില്ല. ജനാധിപത്യത്തെ ബലപ്പെടുത്താൻ അവശ്യംവേണ്ട അടിത്തറയാണ് ശരിയായ രാഷ്ട്രീയ ബോധം. രാഷ്ട്രീയധാരണയുള്ള ഒരു അഭിഭാഷകന് നിയമത്തിന്റെ പ്രവർത്തനവും നിയമം പ്രവർത്തിപ്പിക്കുന്ന ഭരണയന്ത്രത്തെയും എളുപ്പം മനസ്സിലാക്കാൻ സാധിക്കും. അതേപോലെ രാഷ്ട്രീയാന്തരീക്ഷത്തെപ്പറ്റി ധാരണയില്ലാത്ത ഒരു ന്യായാധിപൻ എളുപ്പത്തിൽ തെറ്റിദ്ധരിപ്പിക്കപ്പെടാം, പ്രത്യേകിച്ച് പശ്ചാത്തല സാഹചര്യങ്ങളുടെ കാര്യത്തിൽ.

ലൈ: ലോ: അഭിഭാഷകൻ എന്ന നിലയിൽ താങ്കൾ കൈകാര്യം ചെയ്ത പൊലീസ് അതിക്രമ കേസുകളിൽ ഏതെങ്കിലും തരത്തിലുള്ള പാറ്റേൺ വെളിപ്പെടുകയുണ്ടായോ? എന്തുകൊണ്ട് ചില പ്രത്യേക വിഭാഗങ്ങൾ മാത്രം ടാർഗറ്റ് ചെയ്യപ്പെടുകയും ഇരകളാക്കപ്പെടുകയും ചെയ്യുന്നു? സ്റ്റേറ്റിന്റെ ചെലവിൽ നടക്കുന്ന അതിക്രമങ്ങൾ ശൂന്യതയിൽ പ്രവർത്തിക്കുകയല്ലെന്നും അത് നിലവിലുള്ള സാമൂഹിക മുൻവിധികളെയും അസമത്വങ്ങളെയും ഊട്ടിയുറപ്പിക്കുകയാണ് ചെയ്യുന്നതെന്നും വിചാരിക്കുന്നുണ്ടോ?

ജ:ച: മനുഷ്യാവകാശങ്ങളുമായി ബന്ധപ്പെട്ട് ഞാൻ കൈകാര്യം ചെയ്തിട്ടുള്ള കേസുകൾ തീർച്ചയായും സ്റ്റേറ്റിന്റെ യഥാർത്ഥ സ്വഭാവവും അതെത്രമാത്രം ഹിംസാത്മകമായ സംവിധാനമാണെന്നതും തുറന്ന് കാണിച്ചിട്ടുണ്ട്. യൂണിഫോമിട്ട സേനകൾ അഴിച്ചുവിടുന്ന സംഘടിത ആക്രമണങ്ങൾക്ക് വ്യക്തമായ ഒരു പാറ്റേണുണ്ട്. അത് സ്വതവേ മാറ്റി നിർത്തപ്പെട്ടവരും ദുർബ്ബലരുമായ സമൂഹത്തെ വീണ്ടും കാല്ക്കീഴിലാക്കുകയും നിലനില്ക്കുന്ന മുൻവിധികളെയും അസമത്വങ്ങളെയും ഊട്ടിയുറപ്പിക്കുകയും ചെയ്യുന്നു.

ലൈ: ലോ: ചിത്രത്തിൽ ഒരു സീനുണ്ട്, അഭിഭാഷകനായ ചന്ദ്രു നിയമവിരുദ്ധമായി തടങ്കലിൽ വച്ചിരിക്കുന്ന ഒരു ആദിവാസി ചെറുപ്പക്കാരന്റെ കേസ് വാദിക്കുന്നതിനായി കോടതി ബഹിഷ്കരണ ആഹ്വാനം

ധിക്കരിക്കുന്ന സീൻ. മറ്റ് അഭിഭാഷകർ, വാദത്തിന് ഹാജരാകാനുള്ള ചന്ദ്രുവിന്റെ തീരുമാനത്തെ അനുകൂലിക്കാത്തതായി കാണിക്കുന്നുണ്ട്. സുപ്രീംകോടതി കോടതി ബഹിഷ്കരണങ്ങളെ അപലപിക്കുന്നതിനും മുമ്പ് 1990 കളിൽ താങ്കൾ ഒരു കേസിന്റെ വാദത്തിനായി കോടതി ബഹിഷ്കരണം ലംഘിച്ചു. കോടതികൾ അഭിഭാഷകർക്കുള്ളതല്ലെന്നും അന്യായക്കാർക്കുള്ളതാണെന്നുമുള്ള താങ്കളുടെ പ്രസ്താവന ധീരവും ശക്തവുമായിരുന്നു. അടുത്തിടെ സുപ്രീംകോടതി തന്നെ കോടതി ബഹിഷ്കരണത്തെ ഗൗരവമായി പരിഗണിക്കുകയും സമരാഹ്വാനം നടത്തിയതിന് ഒരു ബാർ അസോസിയേഷനെതിരെ കോടതിയലക്ഷ്യ നോട്ടീസ് നല്കുകയും ചെയ്തു. ഇതേപ്പറ്റി താങ്കൾക്ക് എന്താണ് പറയാനുള്ളത്? പരാതികൾ പരിഹരിക്കാൻ അഭിഭാഷകൻ ബഹിഷ്കരണമല്ലാതെ മറ്റു മാർഗ്ഗങ്ങളെക്കുറിച്ച് ആലോചിക്കേണ്ടതുണ്ടോ?

ജ: ച: 1976 ൽ ഞാൻ എൻറോൾ ചെയ്യപ്പെട്ടതു മുതൽ മദ്രാസ് ഹൈക്കോടതിയിലെ അഭിഭാഷകരുടെ നിരവധി പ്രക്ഷോഭങ്ങൾക്ക് നേതൃത്വം കൊടുത്തയാളാണ് ഞാൻ. ധാരാളം കോടതി ബഹിഷ്കരണങ്ങളും പിക്കറ്റിങ്ങുകളും പ്രകടനങ്ങളും ഞാൻ സംഘടിപ്പിച്ചിട്ടുണ്ട്. 1983 മുതൽ 1988 വരെ തെരഞ്ഞെടുക്കപ്പെട്ട ബാർ കൗൺസിൽ അംഗമായിരുന്നു. മദ്രാസ് ഹൈക്കോർട്ട് അഡ്വക്കേറ്റ്സ് അസോസിയേഷന്റെ ഭാരവാഹിയും ലേബർ ലോ പ്രാക്റ്റീഷണേഴ്സ് അസോസിയേഷന്റെ സ്ഥാപക സെക്രട്ടറിയുമായിരുന്നു. അതേസമയം തന്നെ ആൾ ഇന്ത്യ ലോയേഴ്സ് യൂണിയന്റെ തമിഴ്നാട് ജനറൽ സെക്രട്ടറി സ്ഥാനവും വഹിച്ചിട്ടുണ്ട്.

ഇതൊക്കെയാണെങ്കിലും തുടർച്ചയായുള്ള കോടതി ബഹിഷ്കരണങ്ങൾ വിപരീതഫലമാണ് ഉണ്ടാക്കിയത്. അഭിഭാഷകരുടെ സഹായമില്ലാതെ പോലും കോടതിയെ സമീപിക്കാനുള്ള അന്യായക്കാരുടെ അവകാശത്തെ അത് നിഷേധിച്ചു. അഭിഭാഷകവൃത്തിക്ക് നല്കപ്പെട്ടിട്ടുള്ള കുത്തക പദവി, നിരാലംബരും ദുർബ്ബലരുമായ ആളുകൾക്ക് വേണ്ടി കോടതി നടത്തുന്നതിൽ നിന്ന് സാമൂഹ്യപ്രവർത്തകരെയും വിലക്കുന്നു. ഏതാണ്ട് രണ്ടു ദശാബ്ദക്കാലത്തെ പ്രാക്റ്റീസുകൊണ്ട്, അഭിഭാഷകരുടെ സമരങ്ങൾ വിപരീതഫലമാണ് ഉണ്ടാക്കുന്നതെന്നും അഭിഭാഷകവൃത്തിയുടെ ഭാവിക്ക് അത് ഹാനികരവുമാണെന്ന് ഞാൻ മനസ്സിലാക്കി. അതുകൊണ്ടാണ് കോടതികൾ അന്യായക്കാർക്കുള്ളതാണെന്നും അഭിഭാഷകരുടെതല്ലെന്നും ഞാൻ പരസ്യമായി പ്രസ്താവിച്ചത്. അഭിഭാഷകർക്ക് അവരുടെ പ്രശ്നങ്ങൾ ശ്രദ്ധയിൽ പെടുത്തണമെന്നുണ്ടെങ്കിൽ കോടതി തടസ്സപ്പെടുത്താതെ തന്നെ മറ്റു മാർഗ്ഗങ്ങൾ സ്വീകരിക്കാവുന്നതും നിയമസഹായത്താൽ പ്രശ്നം പരിഹരിക്കാവുന്നതുമാണ്. എന്നാൽ ബാർ അത് ശരിയായ അർത്ഥത്തിൽ സ്വീകരിച്ചില്ല. കോടതി ബഹിഷ്കരണങ്ങൾ നടക്കുന്ന സമയത്തും ഞാൻ കോടതിയിൽ ഹാജരാകാൻ ആരംഭിച്ചു, പ്രത്യേകിച്ചും മനുഷ്യാവകാശം സംബ

ന്ധിച്ച കേസുകളുള്ള ദിവസങ്ങളിൽ. സി പി സി ഭേദഗതി നടക്കുന്ന സമയത്ത് *ഇന്ത്യൻ എക്സ്പ്രസിൽ* കോടതി ബഹിഷ്കരണത്തിനെതിരെ ലേഖനം എഴുതിയപ്പോൾ, ഒരിക്കൽ ഞാൻ നയിച്ചിരുന്ന അസോസിയേഷനിൽനിന്ന് എന്നെ പുറത്താക്കി. പിന്നീടങ്ങോട്ട് തിരിഞ്ഞുനോട്ടങ്ങളുണ്ടായിരുന്നില്ല. ഒരിക്കൽ ബാർ കൗൺസിലിന്റെ ഒരു സമരാഹ്വാനത്തിനെതിരെ ഞാനൊരു റിട്ട് ഹർജി സമർപ്പിക്കുകയും നിരോധന ഉത്തരവ് നേടുകയും ചെയ്തു. ബെഞ്ചിലേക്ക് സ്ഥാനക്കയറ്റം കിട്ടിക്കഴിഞ്ഞതിനുശേഷം എനിക്കും ചീഫ് ജസ്റ്റിസിനും മുന്നിൽ ഒരു കേസ് വന്നു. അഭിഭാഷകരും പൊലീസുമായുള്ള അഭിപ്രായഭിന്നതകൾ പരിഹരിക്കാൻ ഒരു സ്റ്റാന്റിങ് കമ്മിറ്റി രൂപീകരിക്കുന്നതുമായി ബന്ധപ്പെട്ടായിരുന്നു അത്. ചീഫ് ജസ്റ്റിസ് എന്നോട് ഉത്തരവെഴുതാൻ ആവശ്യപ്പെട്ടു. തമിഴ്നാട്ടിലെ അഭിഭാഷകർ നടത്തിയ വിവിധ ബഹിഷ്കരണങ്ങളുടെ ഉത്ഭവവും വിവരങ്ങളും ഞാൻ വിശദമായിത്തന്നെ എഴുതിചേർത്തു. അഭിപ്രായ ഭിന്നത പരിഹരിക്കുകയും അതുവഴി ബഹിഷ്കരണം ഒഴിവാക്കുകയും ചെയ്യാനായി ഒരു ഉന്നതതല സാന്റിങ് കമ്മിറ്റിയും ഞാൻ രൂപീകരിച്ചു. ആ വിധി ഒപ്പുവയ്ക്കാനായി ചീഫ് ജസ്റ്റിസ് എ പി ഷായ്ക്ക് അയച്ചപ്പോൾ, അത് വായിച്ചശേഷം, എനിക്ക് എവിടെ നിന്നാണ് ആ സമരങ്ങളുടെയെല്ലാം സൂക്ഷ്മ വിവരങ്ങൾ ലഭിച്ചതെന്ന് അദ്ദേഹം ചോദിക്കുകയുണ്ടായി. ആ സമരങ്ങളുടെയെല്ലാം അണിയറയിൽ ഞാനുണ്ടായിരുന്നെന്നും ഇന്നിപ്പോൾ എഴുതുന്ന ഈ വിധി ഒരു കണക്കിന് ഭൂതകാലത്തിലെ എന്റെ തന്നെ തെറ്റുകളുടെ പ്രത്യാഘാതമാണെന്നും ഞാനദ്ദേഹത്തോട് പറഞ്ഞു. അതിനോട് യോജിച്ചുകൊണ്ട് പൊട്ടിച്ചിരിയോടെ അദ്ദേഹം വിധിയിൽ ഒപ്പുവച്ചു. അന്ന് ഞങ്ങൾ പ്രശ്നങ്ങൾ പരിഹരിക്കാൻ ഒരു കമ്മിറ്റി രൂപീകരിച്ചിരുന്നെങ്കിലും നാളിതുവരെ ഒരു അഭിഭാഷക സംഘടനയും അതിൽ പരാതി രേഖപ്പെടുത്തിയിട്ടില്ല. കമ്മിറ്റി ഇപ്പോഴും കടലാസിൽത്തന്നെ നിലനില്ക്കുന്നു.

എന്റെ ചിന്താഗതിയിലുണ്ടായ മാറ്റം യഥാർത്ഥത്തിൽ 1993 ൽ അല്ല സംഭവിച്ചതെങ്കിലും, അഭിഭാഷകനായ ചന്ദ്രുവിന്റെ യഥാർത്ഥ സ്വഭാവം വ്യക്തമായി രേഖപ്പെടുത്താൻവേണ്ടി സംവിധായകൻ അത് ആ സീനിൽ ചേർക്കുകയായിരുന്നു. സിനിമയിൽ അഭിഭാഷകനായി വേഷമിടുന്ന സൂര്യ അഭിഭാഷകരുടെ പ്രതിഷേധത്തിൽ നിന്നും വിട്ട് ബാരിക്കേഡ് ചാടിക്കടന്ന് തടവിലാക്കപ്പെട്ട ഒരു ആദിവാസി വ്യക്തിയുടെ കേസിൽ ഹാജരാകുന്നതിനുവേണ്ടി പോകുന്നതായി കാണിക്കുന്നു. മറ്റ് അഭിഭാഷകർ നീരസം പ്രകടിപ്പിക്കുകയും അയാൾക്ക് നേരേ ആക്രോശിക്കുകയും ചെയ്യുന്നുണ്ട്. അത് കണക്കിലെടുക്കാതെ കോടതിയിൽ ഹാജരായി അയാൾ ഇരയ്ക്ക് ഉത്തരവ് നേടിക്കൊടുക്കുന്നു. അതേ സമയം പ്രതിഷേധത്തിൽ ചേരുന്നു എന്ന് കാണിക്കുന്ന വെളുത്ത ബാന്റ് കൈയിൽ ധരിച്ചിട്ടുമുണ്ട്. ജഡ്ജിയായിരിക്കുമ്പോൾ പോലും ബഹിഷ്

കരണം നടക്കുന്ന സമയത്ത് അഭിഭാഷക സംഘടന ഫയൽ ചെയ്ത കേസുകൾ കേൾക്കാതെ മാറ്റിവയ്ക്കുകയും സമരം പിൻവലിക്കാതെ കോടതി, കേസുകൾ കേൾക്കുകയില്ലെന്ന് പറയുകയും ചെയ്തിട്ടുണ്ട്.

ഇക്കാരണത്താൽ ഒരാൾ അസ്വീകാര്യനായേക്കാം. കഴിഞ്ഞ 25 വർഷങ്ങളായി ഞാനെന്താണ് പറഞ്ഞുകൊണ്ടിരിക്കുന്നതെന്ന് ബാറിലെ ചെറിയൊരു വിഭാഗം ആളുകളെങ്കിലും ഇപ്പോൾ മനസ്സിലാക്കുന്നു എന്നതിൽ എനിക്കഭിമാനമുണ്ട്.

ലൈ: ലോ: സിനിമയിൽ ഒരു സീനിൽ സ്കൂൾ ചടങ്ങിനെത്തുന്ന അഡ്വ. ചന്ദ്രു "ഗാന്ധിയും നെഹ്റുവും പോലുള്ള പ്രധാനപ്പെട്ട നേതാക്കളെല്ലാം ഇവിടെയുണ്ട്. എന്തുകൊണ്ട് അംബേദ്കർ ഇല്ല?" എന്ന് ചോദിക്കുന്നുണ്ട്. നമ്മുടെ സ്കൂൾ കോളേജ് പാഠ്യപദ്ധതികളിൽ എന്തിന് ലോ കോളേജുകളിൽ പോലും അംബേദ്കർ ചിന്തകൾ കാര്യമായി ചർച്ച ചെയ്യപ്പെടുന്നില്ല. വിദ്യാർത്ഥികളെ ചെറിയ പ്രായത്തിൽ തന്നെ അംബേദ്കർ ആശയങ്ങൾ പരിചയപ്പെടുത്തുന്നത് പുരോഗമന ചിന്താഗതിയും സാമൂഹിക പ്രതിബദ്ധതയുമുള്ള മെച്ചപ്പെട്ട പൗരന്മാരാക്കി അവരെ മാറ്റാൻ സഹായിക്കുമെന്ന് കരുതുന്നുണ്ടോ?

ജ: ച: തീർച്ചയായും അംബേദ്കറെ പോലെയുള്ള നേതാക്കളെ പൊതുജനത്തിന് പ്രത്യേകിച്ച് വിദ്യാർത്ഥികൾക്ക് വേണ്ടവിധം മനസ്സിലാക്കാൻ അവസരം കിട്ടിയിട്ടില്ല എന്നാണ് എനിക്ക് തോന്നുന്നത്. പാഠപുസ്തകങ്ങൾ അദ്ദേഹത്തെ പരിചയപ്പെടുത്തുന്നതിൽ അവ്യക്തതയുണ്ട്. കൂടുതൽ ആളുകളും അദ്ദേഹത്തെ ഇന്ത്യൻ ഭരണഘടനയുടെ ശില്പി എന്നതിനെക്കാൾ പട്ടികജാതിക്കാരുടെ നേതാവ് എന്ന രീതിയിലാണ് മനസ്സിലാക്കുന്നത്. ചരിത്രത്തിലെ ഈ വക്രത പരിഹരിക്കാൻ സ്കൂൾ വിദ്യാർത്ഥികൾക്ക് മുന്നിൽ അദ്ദേഹത്തെ വസ്തുനിഷ്ഠമായി അവതരിപ്പിക്കുക തന്നെ വേണം. അംബേദ്കറുടെ തെരഞ്ഞെടുക്കപ്പെട്ട ലേഖനങ്ങൾ വായിച്ചുകഴിഞ്ഞപ്പോൾ എനിക്ക് കിട്ടിയത് ധാരാളം പുതിയ ആശയങ്ങളാണ്. ജാതിയോ മതമോ ആയി ബന്ധപ്പെട്ട കേസുകൾ മുന്നിലെത്തുമ്പോൾ അത് ഉപയോഗപ്പെടുത്താൻ കഴിഞ്ഞിട്ടുമുണ്ട്. വിരമിച്ചതിനുശേഷം ഈ കേസുകളെല്ലാമെടുത്ത് അവയുടെ പശ്ചാത്തലം വിഷയമാക്കി ഞാനൊരു പുസ്തകം തയ്യാറാക്കി. അംബേദ്കറുടെ വെളിച്ചത്തിലുള്ള എന്റെ വിധിന്യായങ്ങൾ (*My judgments in the light of Ambedkar*) എന്നാണ് അതിന് പേരിട്ടത്. ലോ കോളേജുകളിൽ പ്രീ ലോ സമയത്തു പോലും കുട്ടികൾക്ക് അംബേദ്കറുടെ ലേഖനങ്ങൾ റീഡിങ് മെറ്റീരിയലായി പോലും കൊടുക്കുന്നില്ല എന്നത് എത്ര പരിതാപകരമായ കാര്യമാണ്.

ലൈ:ലോ: രാജാക്കണ്ണിന്റെ കേസിൽ, സാക്ഷികളുടെ ക്രോസ് വിസ്താരം അനുവദിക്കാൻ കോടതിയെ പ്രേരിപ്പിച്ചുകൊണ്ട് ഹേബിയസ്

കോർപ്പസിന്റെ അധികാരപരിധിയിൽ പുതിയൊരു കീഴ്‌വഴക്കം കൊണ്ടുവരാൻ താങ്കൾ സഹായിച്ചു. രാജൻ കേസിലെ കേരള ഹൈക്കോടതി നടപടികൾ താങ്കൾ സൂചിപ്പിക്കുകയും ചെയ്തു. വ്യക്തിസ്വാതന്ത്ര്യം എന്ന എക്കാലത്തെയും മഹത്തായ മൗലികാവകാശം സംരക്ഷിക്കുന്നതിനുള്ള ഹേബിയസ് കോർപ്പസിന്റെ ശേഷി തെളിയിക്കുന്നതായിരുന്നു ഈ കേസ്. എന്നിരുന്നാലും പിന്നീടങ്ങോട്ട് സാങ്കേതിക കാരണങ്ങൾ നിരത്തി കോടതികൾ ഹേബിയസ് കോർപ്പസ് അധികാരപരിധി നിരസിക്കുന്ന പ്രവണത നമ്മൾ കാണുകയുണ്ടായി. കശ്മീരിലെ ഹേബിയസ് കോർപ്പസ് കേസുകളിൽ സുപ്രീംകോടതി പോലും ഒഴിഞ്ഞുനില്ക്കുന്നതായി നമ്മൾ കണ്ടു. ഇതേപ്പറ്റി എന്താണ് പറയാനുള്ളത്?

ജ: ച: പൊതുജനത്തിന്റെ കൈകളിലുള്ള ഏറ്റവും പ്രബലമായ ആയുധങ്ങളിൽ ഒന്നാണ് ഹേബിയസ് കോർപ്പസ്. സ്റ്റേറ്റിനാലോ മറ്റേതെങ്കിലും നിക്ഷിപ്ത താല്പര്യങ്ങളാലോ പീഡിപ്പിക്കപ്പെട്ടാൽ ഉപയോഗിക്കാനും തടവിൽ നിന്ന് സ്വാതന്ത്ര്യം നേടാനും സഹായിക്കുന്ന ആയുധം. ഹേബിയസ് കോർപ്പസിന്റെ ആശയം വിപുലമാക്കപ്പെട്ടിട്ടുണ്ട്. ജസ്റ്റിസ് കൃഷ്ണയ്യരുടെ വിപുലമായ വ്യാഖ്യാനത്തിന് പ്രത്യേകം നന്ദി പറയണം. ഹേബിയസ് കോർപ്പസ്, നിർബ്ബന്ധിത തടങ്കലിൽനിന്നുള്ള മോചനത്തിന് മാത്രമല്ല ജയിൽ പരിഷ്കരണങ്ങൾ തടവുപുള്ളികളുടെ അവസ്ഥകൾ എന്നിവയുടെ കാര്യത്തിലും ഉപയോഗിക്കാവുന്നതാണ് എന്ന് സുനിൽ ബത്ര II കേസ് നമുക്ക് കാണിച്ചുതരുന്നുണ്ട്. ദൗർഭാഗ്യവശാൽ, എൺപതുകളുടെ തുടക്കത്തിൽ, കൃഷ്ണയ്യരെയും ചിന്നപ്പറെഡ്ഡിയെയും പോലുള്ള പ്രമുഖരായ നിയമജ്ഞർ ഇത്ര വിപുലമായ വ്യാഖ്യാനം നടത്തിയിട്ടും നാലപത് വർഷങ്ങൾക്കിപ്പുറവും ആളുകൾക്ക് കോടതിയിൽ നിന്ന് ഉത്തരവുകൾ കിട്ടാൻ കഷ്ടപ്പെടേണ്ടിവരുന്നു. കശ്മീരിൽ അടുത്തിടെ തടവിലാക്കപ്പെട്ട ആളുകളുടെ അനുഭവങ്ങൾ നോക്കുക.

ലൈ: ലോ: പഠിക്കുക, സംഘടിക്കുക, പ്രതിഷേധിക്കുക എന്ന അംബേദ്കർ മുദ്രാവാക്യം സൂക്ഷ്മമായ രീതിയിൽ സിനിമ ഉയർത്തിക്കാണിക്കുന്നുണ്ട്. പക്ഷേ, ഇന്നത്തെക്കാലത്ത് നാം കാണുന്നത് വിയോജിപ്പ് പ്രകടിപ്പിക്കാൻ കഴിയുന്ന ഇടങ്ങൾ ചുരുങ്ങിച്ചുരുങ്ങി വരുന്നതാണ്. എൻ ജി ഒകൾക്കും പ്രതിഷേധ മുന്നേറ്റങ്ങൾക്കും മേൽ കൂടുതൽ നിയന്ത്രണങ്ങൾ വരുന്നു. രാജാക്കണ്ണിന്റെ കേസ് താങ്കൾക്ക് മുന്നിലെത്തുന്നത് സാമൂഹ്യ പ്രവർത്തകർ വഴി മാത്രമാണ്. പക്ഷേ, ഇന്ന് ആക്റ്റിവിസം എന്നത് അപകടകരമായ പ്രവർത്തനമായാണ് കരുതപ്പെടുന്നത്. സോഷ്യൽ ആക്റ്റിവിസ്റ്റുകൾക്ക് നേരേ യു എ പി എയും രാജ്യദ്രോഹ ആഹ്വാനങ്ങളുമാണ് നാം കാണുന്നത്. ഇക്കാര്യത്തെപ്പറ്റി താങ്കൾ എന്താണ് ചിന്തിക്കുന്നത്?

ജ: ച: ഭീമ കൊറേഗാവ് കേസിൽ യു എ പി എ ചുമത്തിയ 13 പേരുടെ കഴിഞ്ഞ മൂന്ന് വർഷമായി തുടരുന്ന തടവ് നിയമസംവിധാനത്തിന്റെ ദൗർബല്യങ്ങളും സ്വേച്ഛാധിപത്യ സർക്കാരിന്റെ ശക്തിയുമാണ് കാണിക്കുന്നത്. സിനിമയിൽ അംബേദ്ക്കറുടെ പഠിക്കുക, സംഘടിക്കുക, പ്രതിഷേധിക്കുക എന്ന മുദ്രാവാക്യം ചിത്രീകരിക്കുന്നത് തങ്ങളുടെ അന്തസ്സും ആത്മാഭിമാനവും ഉറപ്പാക്കാൻ പട്ടികജാതി പട്ടികവർഗ്ഗ വിഭാഗത്തിലുള്ള ആളുകൾ വിദ്യാഭ്യാസം നേടണമെന്ന് ഊന്നിപ്പറയാനാണ്. അതുകൊണ്ടാണ് ആദ്യ ഭാഗത്ത് ആദിവാസി സ്ത്രീ ഹർജിയിൽ ഒപ്പുവയ്ക്കുന്നതിന് പകരം വിരലടയാളം രേഖപ്പെടുത്തുന്നതായി കാണിക്കുന്നത്. സിനിമയുടെ അവസാനത്തിൽ അവരുടെ മകൾ ആത്മവിശ്വാസത്തോടെ അഭിഭാഷകനു മുന്നിൽ ഒരു കസേരിയിൽ ഇരുന്ന് പത്രം വായിക്കുന്നു. വിദ്യാഭ്യാസത്തിനേ തങ്ങളെ മുന്നോട്ട് നയിക്കാനാവൂ എന്ന് മനസ്സിലാക്കുമ്പോൾ അവർ വിദ്യാഭ്യാസം നേടുന്നു എന്നാണ് അതിന്റെ സന്ദേശം.

ലൈ: ലോ: ഞങ്ങൾ സിനിമയുടെ ഒരു അവലോകനം പ്രസിദ്ധീകരിക്കുകയുണ്ടായി. അത് ഒരു നിമയ വിദ്യാർത്ഥി എഴുതിയതാണ്. താങ്കളുടെ കഥ തിരശ്ശീലയിൽ കണ്ടതിനുശേഷം ചവിട്ടിയരയ്ക്കപ്പെട്ട മനുഷ്യരുടെ കേസുകൾ ഏറ്റെടുക്കാനും അവരെ സഹായിക്കാനും പ്രചോദനം ലഭിക്കുന്നുണ്ടെന്ന് നിരവധി നിയമ വിദ്യാർത്ഥികൾ പ്രതികരിക്കുന്നുണ്ട്. അവരോട് എന്തെങ്കിലും പറയാനുണ്ടോ?

ജ: ച: സിനിമയുടെ കഥാഗതിക്ക് പുറമേ, നായകനായ അഭിഭാഷകന്റെ വിജയം തിരശ്ശീലയിൽ കണ്ടതിനുശേഷം ധാരാളം നിയമ വിദ്യാർത്ഥികൾ ഈ തൊഴിലിനെ വളരെ ഗൗരവത്തോടെ സമീപിക്കാൻ ആഗ്രഹിക്കുന്നുണ്ട് എന്നതിൽ വലിയ സന്തോഷമുണ്ട്. സമീപപ്രദേശത്തെ സ്കൂളിലെ അവസാനവർഷ വിദ്യാർഥികൾ അടുത്ത വർഷം തങ്ങൾ ലോ സ്കൂളിൽ ചേരാൻ പോകുന്നുവെന്ന് പറഞ്ഞതും കേട്ടു. യുവ അഭിഭാഷകരോട് എനിക്ക് പറയാനുള്ളത്, അവർ നന്നായി പരിശീലനം നേടണമെന്നും തങ്ങളുടെ കഴിവുകൾ അടിസ്ഥാന സൗകര്യങ്ങളും അവകാശങ്ങളും നിഷേധിക്കപ്പെട്ട മനുഷ്യരെ സഹായിക്കാനായി ഉപയോഗപ്പെടുത്തണം എന്നുമാണ്.

കടപ്പാട്: www.livelaw.in

www.ingramcontent.com/pod-product-compliance
Lightning Source LLC
LaVergne TN
LVHW060128051026
849517LV00007B/2430
* 9 7 8 9 3 9 3 4 6 8 7 8 9 *